AF519161

ഗ്രീൻ ബുക്സ്

സുന്ദരമൈത്രി

ബാസിൽ ഫെർണാണ്ടോ

കവി, ഗ്രന്ഥകാരൻ, മനുഷ്യാവകാശപ്രവർത്തകൻ, അഭിഭാഷകൻ. 1944 ഒക്ടോബർ 14ന് ശ്രീലങ്കയിൽ ജനിച്ചു. 1972ൽ കൊളംബോവിലെ യൂനിവേഴ്സിറ്റി ഓഫ് സിലോണിൽ നിന്ന് നിയമത്തിൽ ബിരുദം നേടി. ശ്രീലങ്കയിലെ ശ്രീ ജയവർദ്ധനപുരം യൂനിവേഴ്സിറ്റിയിൽ എട്ടു വർഷം ഇംഗ്ലീഷ് അധ്യാപകനായും ശ്രീലങ്കയിലെ സുപ്രീം കോർട്ടിൽ അഭിഭാഷകനായും (1980–89) ജോലി ചെയ്തു. (സുപ്രീം കോർട്ടിൽ ക്രിമിനൽ-തൊഴിൽ-മനുഷ്യാവകാശ നിയമങ്ങളാണ് കൈകാര്യം ചെയ്തിരുന്നത്). ഹോങ്കോങ്ങിലെ വിയറ്റ്നാമീസ് അഭയാർത്ഥികൾക്കായുള്ള അപ്പീൽസ് കൗൺസൽ (അഭയാർത്ഥികൾക്കായുള്ള യുനൈറ്റഡ് നാഷൻ ഹൈക്കമ്മീഷണർ - UNHCR - സ്പോൺസർ ചെയ്ത പ്രോജക്ട്), UNTACന്റെ (യു.എൻ. ട്രാൻസിഷനൽ അതോറിറ്റി ഇൻ കംബോഡിയ) കംബോഡിയയിലുള്ള ഇൻവെസ്റ്റിഗേഷൻ യൂനിറ്റിൽ യുനൈറ്റഡ് നാഷൻസ് ഹ്യൂമൻറൈറ്റ്സിന്റെ സീനിയർ ഓഫീസർ ഇൻചാർജ്, യുനൈറ്റഡ് നാഷൻസ് സെന്റർ ഫോർ ഹ്യൂമൻ റൈറ്റ്സിന്റെ കംബോഡിയ ഓഫീസിൽ ഓഫീസർ-ഇൻ-ചാർജ്, നിയമസഹായ വിഭാഗം ചീഫ് എന്നീ നിലകളിലും സേവനം ചെയ്തിരുന്നു. 1994 മുതൽ ഏഷ്യൻ ഹ്യൂമൻ റൈറ്റ്സ് കമ്മിഷൻ (AHRC), ഏഷ്യൻ ലീഗൽ റിസോഴ്സ് സെന്റർ (ALRC) എന്നിവയുടെ എക്സിക്യൂട്ടീവ് ഡയറക്ടറായി പ്രവർത്തിക്കുന്നു. മനുഷ്യാവകാശം, നിയമപരിഷ്ക്കരണം എന്നീ വിഷയങ്ങളെ അധികരിച്ച് നിരവധി പുസ്തകങ്ങൾ രചിച്ചു.

ഡോ. ധന്യാമേനോൻ: അധ്യാപിക, വിവർത്തക, അനൗൺസർ.
1966ൽ തൃശൂരിൽ ജനനം. തൃശൂർ വിമല കോളേജ്, കേരള യൂണിവേഴ്സിറ്റി എന്നിവിടങ്ങളിൽ വിദ്യാഭ്യാസം. നാഷണനൽ, ഇന്റർനാഷണൽ സെമിനാറുകളിൽ പ്രബന്ധങ്ങൾ അവതരിപ്പിച്ചിട്ടുണ്ട്. ഇപ്പോൾ പുതുക്കാട് പ്രജ്യോതിനികേതൻ കോളേജിൽ അധ്യാപിക.

കവിത

സുന്ദരമൈത്രി

ബാസിൽ ഫെർണാണ്ടോ

വിവർത്തനം:

ഡോ. ധന്യാമേനോൻ

ഗ്രീൻ ബുക്സ്

green books private limited
gb building, civil lane road, ayyanthole,
thrissur- 680 003, kerala, ph: +91 487-2381066, 2381039
website: www.greenbooksindia.com
e-mail: info@greenbooksindia.com

(english title)
beautiful friendship

malayalam
sundaramaithry
srilankan poems
by
basil fernando

translated by
dr. dhanya menon

first published march 2008
copyright reserved
cover design : godfreydas

branches:
thrissur 0487-2422515
thiruvananthapuram 0471-2335301
calicut 0495 4854662
ernakulam 8589095302

isbn : 978-81-8423-081-9

---

no part of this publication may be reproduced,
or transmitted in any form or by any means,
without prior written permission of the publisher.

GBPL/227/2008

മുഖക്കുറി

മനുഷ്യാവകാശത്തിനും മനുഷ്യയശസ്സിനും വേണ്ടി തൂലിക ചലിപ്പിച്ചുകൊണ്ടിരിക്കുന്ന കവിയാണ് ബാസിൽ ഫെർണാണ്ടോ. ഫാഷിസത്തിനും സാമ്രാജ്യത്വത്തിനും, അവയുടെ ചൂഷണത്തിനും മർദ്ദനത്തിനുമെതിരെ ബാസിലിന്റെ തൂലിക നിരന്തരം ശബ്ദിച്ചുകൊണ്ടിരിക്കുന്നു. നിഷേധിക്കപ്പെട്ടവന്റെ വേദനയും പീഡിപ്പിക്കപ്പെട്ടവന്റെ യാതനയും ഒരുപോലെ പേറുന്ന ആ കവിതകൾ ആഴത്തിലും വ്യാപ്തിയിലും ഉയർന്ന നിലവാരം പുലർത്തുന്നവയാണ്. മനുഷ്യനീതിക്കും സമത്വത്തിനും വേണ്ടിയുള്ള ഏഷ്യൻ ദേശങ്ങളിലെ പോരാട്ടങ്ങളെ ബാസിൽക്കവിതകൾ ഊർജ്ജസ്വലങ്ങളാക്കുന്നു. ശ്രീലങ്കൻ ഗ്രാമങ്ങളിലെ ജീവിതാനുഭവങ്ങളാണ് ബാസിലിന്റെ കവിതകൾക്കു വെള്ളവും വെളിച്ചവും. ബാസിലിന്റെ ജീവിതം ഗ്രാമജീവിതമാണ്. എന്നാൽ അതിഭാവുകത്വമില്ലാതെ, ആദർശവത്കരണം കൂടാതെയാണ് ബാസിൽ ഗ്രാമത്തെയും ഗ്രാമജീവിതത്തെയും നോക്കിക്കാണുന്നത്. എന്നിരുന്നാലും ഗ്രാമജീവിതത്തിന്റെ ആത്മാവിൽ ബാസിൽക്കവിതകൾ തനതായ ഇടം കണ്ടെത്തുന്നുണ്ട്. ഗ്രാമ്യ വിഷയങ്ങൾ ഏറെ ആധികാരികമായാണ് ബാസിൽ കൈകാര്യം ചെയ്യുന്നത്. അനാഥത്വത്തിന്റെ, തിരോധാനത്തിന്റെ, നിരാസത്തിന്റെ, ദാരിദ്ര്യത്തിന്റെ, നിരാശ്രയത്വത്തിന്റെ ചിത്രങ്ങൾ ബാസിൽ ഒന്നൊന്നായി പ്രദർശിപ്പിക്കുന്നു. ഗ്രാമത്തിലെ വർത്തമാനകാല ജീവിതത്തെപ്പറ്റി പറയുമ്പോൾ, സമീപകാല യാഥാർത്ഥ്യത്തെപ്പറ്റി പറയുമ്പോൾ ബാസിലിന്റെ വാക്കുകൾക്കു ഊർജ്ജവും തിളക്കവുമേറുന്നു. ശ്രീലങ്കൻ കവിയാണെങ്കിലും ബാസിൽ കവിത കുറിക്കുന്നത് ഇംഗ്ലീഷിലാണ്. ബാസിൽ ഇംഗ്ലീഷിലെഴുതിയ നൂറിൽപ്പരം കവിതകളുടെ മലയാള പരിഭാഷയാണ് ഈ സമാഹാരം. ശക്തിയും സൗന്ദര്യവും ചോർന്നുപോകാതെയുള്ള പരിഭാഷ ബാസിൽക്കവിതകളിലേയ്ക്കുള്ള പാത സുഗമമാക്കുന്നു.

കൃഷ്ണദാസ്

മാനേജിങ് എഡിറ്റർ

കവിതയും മനുഷ്യാവകാശവും

കെ.ജി. ശങ്കരപ്പിള്ള

കാണാതായവരെയും നീതി നിഷേധിക്കപ്പെട്ടവരെയും പീഡിപ്പിക്കപ്പെടുന്നവരെയും കുറിച്ചു കവിത എഴുതുക മാത്രമല്ല, പ്രമുഖ ശ്രീലങ്കൻ ഇംഗ്ലീഷ് കവി ബാസിൽ ഫെർണാണ്ടോ ചെയ്തത്. നിയമത്തിന്റെ നീതിസാരവും മനുഷ്യത്വവും ഗ്രഹിച്ച ഒരു നിയമാധ്യാപകനും വക്കീലും എന്ന നിലയിൽ അദ്ദേഹം ആ പാവങ്ങൾക്കു വേണ്ടി ശ്രീലങ്കൻ സുപ്രീംകോടതി വരെ കേസുകൾ നടത്തുകയും നീതിയുദ്ധത്തിൽ വിജയം നേടുകയും എതിർപ്പിന്റെ ജനകീയ പ്രതിരോധപ്രസ്ഥാനം സംഘടിപ്പിച്ചു കോടതിക്കു പുറത്തു മനുഷ്യാവകാശത്തെ സംബന്ധിച്ച ബോധവൽക്കരണ പ്രവർത്തനങ്ങളിലൂടെ ആ നീതിപ്പോരാട്ടം വിപുലപ്പെടുത്തുകയും ചെയ്തു. ഏഷ്യയിലെയും യൂറോപ്പിലെയും പ്രധാന പ്രസിദ്ധീകരണങ്ങളിൽ ആധുനിക ശ്രീലങ്കൻ സഹനത്തെപ്പറ്റി ബാസിൽ അതിശയോക്തി രഹിതവും ആധികാരികവുമായ ലേഖനങ്ങളെഴുതി. കഥകളും കവിതകളുമെഴുതി.

കാണാതായവരുടെ പോരാളിയെ 'കാണാതാ'വേണ്ടതു തങ്ങളുടെ നിലനില്പിന് അത്യാവശ്യമാണെന്നു തോന്നിയ ശ്രീലങ്കൻ അധികാരികൾ ബാസിൽവേട്ട ക്രൂരവും യുദ്ധവേഗമുള്ളതുമാക്കി. സാഹസികമായ ഒരു രക്ഷാക്കുതിയിലൂടെ ബാസിൽ ശ്രീലങ്ക വിട്ടു. ഹോങ്കോങ്ങിലെ ആ പ്രവാസിതയുടെ വ്യഥയും വിഹ്വലതയും വ്യക്തിതലത്തിൽ പരിമിതപ്പെട്ടു പാഴായില്ല.

ഹോങ്കോങ്ങിൽ ഏഷ്യൻ ഹ്യൂമൻ റൈറ്റ്സ് കമ്മിഷന്റെ സാരഥിയായി പീഡനത്തിനെതിരായ ഏഷ്യൻ രാജ്യങ്ങളിലെ പോരാട്ടങ്ങൾക്കു നേതൃത്വം നൽകുന്ന നീതിവാദിയായിട്ടാണു ബാസിൽ പിന്നെ ലങ്കയുടെയും ലോകത്തിന്റെയും ശ്രദ്ധയിൽ ഉദിക്കുന്നത്. നിയമസമരവും, അനുതാപ ദാർഢ്യമുള്ള കവിതകളും വഴി സ്വന്തം തീ കെടാതെ കാക്കുന്നു, ഇപ്പോഴും ബാസിൽ ഫെർണാണ്ടോ.

ഋതുവിലാസങ്ങളും ഗൃഹാതുരതയും ഗാർഹികാനുഭൂതികളും നിറഞ്ഞ ഓർമപ്പെരുന്നാളുകളായിരുന്ന ശ്രീലങ്കൻ കവിതകളിൽ മനുഷ്യത്വത്തിന്റെ വലിയൊരു വിസ്ഫോടനമായി ബാസിൽ ഫെർണാണ്ടോയുടെ എഴുത്ത്. ചരിത്രത്തെ അനുഭവത്തിന്റെ വൈയക്തിക വിതാനത്തിലേക്കു കൊണ്ടുവരാറുണ്ട് ബാസിൽ കവിതയിൽ. അടുത്തു കാണാനും അനുഭവപ്പൊരുളിലേക്കു വേഗമെത്താനും ആ വഴി കവിക്കു പല എളുപ്പങ്ങളും കൊടുക്കുന്നു. എങ്കിലും അവയുടെ സൂക്ഷ്മദൗത്യം നവസാമ്രാജ്യത്വത്തിനെതിരായ പ്രതിസംസ്കൃതിയുടെ നിർമിതിയാണ്.

പരമ്പരാഗത സിംഹള കവിത സാധാരണക്കാരായ പാവങ്ങളുടെ ചുണ്ടുകളിലൂടെ പടർന്നുവളർന്ന ഒരു പാട്ടുവള്ളിയാണ്. ഇംഗ്ലീഷിലെഴുതുന്ന ബാസിലിന് ആ പാരമ്പര്യം അവകാശപ്പെട്ടുകൂടാ. കാവ്യരൂപ സംസ്കാരത്തിന്റെ കാര്യത്തിൽ, ജനനംകൊണ്ടു 'താണജാതിയിൽ പെട്ടവനും' എന്നാൽ ജാതിബോധത്തിൽ മനസ്സു കുടുങ്ങിപ്പോകാത്തവനും പോരാളിയുമാകയാൽ ബാസിലിലേക്കു പരമ്പരാഗത സിംഹള കവിതയിലെ ജനമൈത്രി തടസ്സമില്ലാതെ ഒഴുകി. കാഴ്ചയായും കാഴ്ചപ്പാടായും ബാസിലിൽ അതു കരുത്തായി ഉറച്ചു. ആധുനിക ലോകകവിതയും ചിത്രകലയുമായി ആത്മബന്ധമുണ്ടു ബാസിലിന്. ഉചിതമായ വിമർശനങ്ങൾ ഒഴിവാക്കാത്ത ഒരു സുന്ദരമൈത്രി.

സ്വന്തം കവിത ബാസിൽ സംസ്കാരപരമായും രാഷ്ട്രീയമായും ഫാഷിസത്തിനും സാമ്രാജ്യത്വത്തിനും അവയുടെ പീഡനാധികാരത്തിനുമെതിരെ പോരാടുന്ന കവിതയാക്കി. ബാസിലിന്റെ 'സുന്ദരമൈത്രി' എന്ന കവിതാസമാഹാരം ഗ്രീൻബുക്സ് മലയാളത്തിൽ കൊണ്ടുവരുന്നതു നല്ല കാര്യം. മനുഷ്യാവകാശവും കവിതയും അടിയന്തരാവസ്ഥക്കാലം മുതലെങ്കിലും ഗാഢബന്ധത്തിലായ മലയാള കവിതയിൽ ഇതൊരു സ്വാഭാവിക വ്യാപ്തിയായിരിക്കും. ബാസിലിന്റെ കവിതകൾ ശ്രദ്ധാപൂർവം മലയാളത്തിലാക്കിയ ഡോ. ധന്യാമേനോനും ഗ്രീൻ ബുക്സിനും അനുമോദനങ്ങൾ.

■

എന്റെ കവിതയെപ്പറ്റി

ബാസിൽ ഫെർണാണ്ടോ

എന്റെ കവിതകളെ വായനക്കാർക്കു പരിചയപ്പെടുത്തുന്നത് എന്നെത്തന്നെ പരിചയപ്പെടുത്തിക്കൊണ്ടാകാം എന്നു കരുതി. Srilankan English Poetry എന്ന വിഷയത്തിൽ ലണ്ടൻ സർവ്വ കലാശാലയിൽ ഗവേഷണം ചെയ്യുന്ന ഒരു വിദ്യാർത്ഥിയുമായി പങ്കിട്ട ഒരു ചോദ്യോത്തരവേള ഞാനിവിടെ ചേർക്കുന്നു.

ചോദ്യം: താങ്കളുടെ സ്വാധീനങ്ങൾ എന്തൊക്കെ/ആരൊക്കെ യാണ്?

ഉത്തരം: എന്റെ സ്വാധീനങ്ങൾ തികച്ചും പ്രാദേശികമാണ്. ഞാൻ ജനിച്ചു വളർന്ന നാട്ടിൽ കവിതയെന്നത് ആളുകളുടെ നിത്യ ജീവിതത്തിന്റെ ഒരു ഭാഗം തന്നെയായിരുന്നു. അവരെല്ലാം സാധാരണ മനുഷ്യർ (എന്റെ കവിതകളിൽ ഞാൻ പ്രതിപാദി ക്കാറുള്ള 'അജ്ഞാതം') ആയിരുന്നു. 'ആരെങ്കിലും' (somebody) എന്ന് അവകാശപ്പെടാവുന്ന ആരുമായും എനിക്ക് അധികം ബന്ധമുണ്ടായിട്ടില്ല. ഇതു വളരെ പ്രധാനമാണ്. ഇംഗ്ലീഷിൽ എഴുതുന്ന ഒരാൾ എന്ന നിലയ്ക്ക് അത്തരമൊരു കുടുംബത്തി ലാണ് ജനിച്ചതും വളർന്നതുമൊക്കെയെന്ന തെറ്റിദ്ധാരണ ആർക്കും ഉണ്ടാകരുതല്ലോ.

'സാധാരണ' മനുഷ്യർ, 'പാവപ്പെട്ട' മനുഷ്യർ എന്നീ വാക്കുകൾക്കു തമ്മിൽ വളരെ വ്യത്യാസമുണ്ട്. ഇവിടുത്തെ ഗ്രാമീണർക്കെല്ലാം സ്വന്തം വീടുകളും സ്വന്തം വരുമാനവുമുണ്ടായിരുന്നു. അതിനാൽ അവർ അവരെ തന്നെ ഒരിക്കലും 'പാവങ്ങൾ' എന്നു വിശേഷിപ്പി ച്ചുമില്ല. അവരുടെ പ്രാദേശിക സംസ്കാരത്തിനു രണ്ടു വശങ്ങളു ണ്ടായിരുന്നു. നിഷേധിക്കപ്പെട്ടതിന്റെ വേദനയും സ്വന്തമാക്കലിന്റെ ചാരിതാർത്ഥ്യവും. നൂറ്റാണ്ടുകളായുള്ള ഏകാന്ത ജീവിതമായിരിക്കാം ഇതിനു കാരണമെന്നു ഞാൻ കരുതുന്നു. അവരുടെ കവിതകൾ അവരുടെതന്നെ ജീവിതത്തിന്റെ ആവിഷ്കാരങ്ങളായിരുന്നു.

പരുക്കൻ ഭാഷയിലാണെങ്കിലും ആ കവിതകളിലെ വികാരങ്ങൾ ലോലമായിരുന്നു. ഇതെല്ലാം എന്റെ കവിതകളേയും സ്വാധീനി ച്ചിട്ടുണ്ട്.

ഞങ്ങളുടെ നാട്ടിൽ ആളുകൾ കവിതകൾ വായിക്കുകയല്ല, പാടുക യാണു പതിവ്. സ്കൂളിൽ നിന്നു പഠിച്ചും മറ്റുള്ളവർ പാടുന്നതു കേട്ടു പഠിച്ചുമൊക്കെ ആളുകൾ കവിതകളെ അറിഞ്ഞെങ്കിലും, അധിക പക്ഷവും അവ അപ്പപ്പോൾ ഉണ്ടാക്കിപ്പാടുന്നവയായി രുന്നു. എന്റെ ഒട്ടുമിക്ക കവിതകളും ഇങ്ങനെനെഴുതിയവയാണ്. എഴുതിയതിനു ശേഷം മാറ്റങ്ങൾ വരുത്തുന്ന പതിവില്ല. പ്രാദേശിക മനുഷ്യരുടെ ലാളിത്യത്തെ പലപ്പോഴും ധാർഷ്ട്യമായി വ്യാഖ്യാനിക്കുന്നവരുണ്ട്; ഇത്തരം തെറ്റിദ്ധാരണയ്ക്കു കാരണം അവരുടെ സ്വഭാവത്തിൽ കള്ളത്തരമോ കലർപ്പോ ഇല്ല എന്നു ള്ളതുതന്നെയാണ്. അവരുടെ കവിതകൾ പലപ്പോഴും ഗഹനവും സങ്കീർണ്ണവുമാണ്. അങ്ങനെയൊരു സ്വഭാവം എന്നിലുമുണ്ടെന്നു ഞാൻ വിശ്വസിക്കുന്നു.

എന്റെ പതിനഞ്ചാമത്തെ വയസ്സുവരെ എനിക്ക് ഇംഗ്ലീഷ് ഒട്ടും തന്നെയറിയില്ലായിരുന്നു. ഞാൻ ഇംഗ്ലീഷ് ഭാഷ വായിച്ചു തുടങ്ങിയതു തന്നെ അതിനുശേഷമാണ്; തനി ഗ്രാമത്തിൽ ജനിച്ച എനിക്ക് അതു തീർത്തും അന്യമായിരുന്നു. വായിച്ചു തുടങ്ങിയ പ്പോഴാകട്ടെ, അവയിലെ വിവരണങ്ങളും ബിംബപ്രയോഗങ്ങളു മെല്ലാം തന്നെ അപരിചിതവുമായിരുന്നു. സത്യം പറഞ്ഞാൽ, 'winter' എന്ന വാക്കു പോലും എനിക്കാദ്യം മനസ്സിലായില്ല. കാരണം ഞങ്ങൾക്ക് അങ്ങനെയൊരു കാലാവസ്ഥയില്ല. അതു കൊണ്ടുതന്നെ, ഇംഗ്ലീഷു കൃതികളെ പൂർണ്ണമായി ഉൾക്കൊള്ളാൻ കഴിയും എന്നവകാശപ്പെടുന്ന ശ്രീലങ്കൻ എഴുത്തുകാരെ ഞാൻ വിശ്വസിക്കില്ല.

ഞാൻ കുറെയേറെ ഇംഗ്ലീഷ് കവിതകൾ വായിച്ചിട്ടുണ്ട് - ബ്രിട്ടീഷ്, അമേരിക്കൻ, അങ്ങനെ; കൂടാതെ മറ്റു ഭാഷകളിലെ കവിതകളുടെ ഇംഗ്ലീഷ് പരിഭാഷകളും. ഈയിടെ ചില ഇംഗ്ലീഷ് കവിതകളുടെ ഓഡിയോ ടേപ്പുകളും കേൾക്കാനിടയായി. എനിക്ക് അവയൊക്കെ ഇഷ്ടമായെങ്കിലും അവയൊന്നും എന്നെ സ്വാധീനിച്ചു എന്നു പറയാനാവില്ല. പ്രൊഫ. എം.ഐ. കുരുവിള എന്ന പ്രശസ്തനായ ഒരു ഇംഗ്ലീഷ് അദ്ധ്യാപകൻ (അദ്ദേഹം ഒരു നിരൂപകനും കവിയും കൂടിയാണ്) പണ്ടു പറഞ്ഞു എന്റെ കവിതകൾക്ക് എമിലി ഡിക്കിൻ സിന്റെ കവിതകളുമായി ഏറെ സാമ്യമുണ്ടെന്ന്. വളരെ നാൾ കഴിഞ്ഞാണ് ഞാൻ അവരുടെ കവിതകൾ കാണുന്നതുതന്നെ.

എനിക്ക് അവ വളരെ ഇഷ്ടവുമായി. അതുപോലെ റോബർട്ട് ഫ്രോസ്റ്റിന്റെയും സീമസ് ഹീനെയുടെയും കവിതകളും. അവർ എഴുതിയ സാഹചര്യങ്ങൾ എനിക്ക് അന്യമാണെങ്കിലും ആ കവിതകളെ ഞാൻ മനസ്സിലാക്കുന്നു. ചരിത്രത്തെക്കുറിച്ചുള്ള എന്റെയറിവ് എന്നെ ഇതിൽ കുറെ സഹായിച്ചിട്ടുണ്ട്.

ഞാൻ എന്തുകൊണ്ട് ഇംഗ്ലീഷിൽ എഴുതുന്നു? അതൊരിക്കലും നിയതമായ ഒരു തീരുമാനമായിരുന്നില്ല. സ്വന്തം നാട്ടിൽനിന്നും പുറത്തു പോയ ഞാൻ ക്രമേണ അന്തർമുഖനായിത്തീർന്നു. ഇത് എന്റെ നാട്ടുകാരുടെ പൊതുവായ ഒരു സ്വഭാവമാണ്. പിന്നെ നാട്ടിൽ നിന്ന് അകന്നു നില്ക്കുന്നതിന്റെ വിഷമവും ഒരു കാരണ മായിരുന്നു. മാത്രമല്ല അക്കാലത്ത് ('60-'70കളിൽ) സിംഹള ഭാഷ വളരെയധികം വിവേകശൂന്യമായാണ് ഉപയോഗിച്ചു പോന്നത്. ഇതിനു മുഖ്യ കാരണം വലതുപക്ഷ രാഷ്ട്രീയ പാർട്ടികളുടെ പ്രചാരണ പരിപാടികളായിരുന്നു. പോരാത്തതിന് ഇടതു പക്ഷക്കാർ എല്ലാത്തിനെയും ഒരു മാർക്സിയൻ വീക്ഷണകോണി ലൂടെ മാത്രമാണ് കണ്ടതും. സരളമായ ശൈലിക്കും പദപ്രയോഗ ങ്ങൾക്കുമൊന്നും യാതൊരു സ്ഥാനവുമുണ്ടായിരുന്നില്ല; മാത്രമല്ല, ഓരോ വാക്കിനും പ്രയോഗത്തിനും രാഷ്ട്രീയധ്വനികളുമുണ്ടായി. നമ്മുടെ ഭാഷ നമ്മെ തോൽപ്പിക്കുന്നതു വേദനാജനകമാണ്; ക്രമേണ നാം മറ്റു സാധ്യതകൾ ആരായും. അങ്ങനെയായി രിക്കാം ഞാൻ ഇംഗ്ലീഷ് ഭാഷ ഉപയോഗിച്ചു തുടങ്ങിയത്. എന്റെ വികാരങ്ങളെയാവിഷ്കരിക്കാൻ മറ്റൊരു ഭാഷ ആവശ്യമായി വന്നു. അങ്ങനെ ഇംഗ്ലീഷ് എന്റെ സ്വകാര്യ ഭാഷയായി; കാരണം ഞാനെഴുതിയ കവിതകളിൽ പലതും ഞാൻ സ്വകാര്യമായി വച്ചിരിക്കയായിരുന്നു. പ്രൊഫ. കുരുവിളയുടെ പ്രോത്സാഹനം മൂലമാണ് എന്റെ ആദ്യകവിതാസമാഹാരമായ A New Era To Emerge പ്രസിദ്ധീകരിച്ചതും, ആദ്യത്തെ കവിതകൾ New Ceylon Writingൽ അച്ചടിച്ചു വന്നതും.

ചോദ്യം: താങ്കൾ ഏതു വിഷയങ്ങളെക്കുറിച്ചാണ് എഴുതാൻ ഇഷ്ട പ്പെടുന്നത്?

ഉത്തരം: മരണം, സ്നേഹം - ഇവയായിരിക്കണം കവിതയിലെ പ്രധാന വിഷയങ്ങൾ എന്നു ഞാനിപ്പോൾ കൂടുതലായി വിശ്വ സിച്ചു വരുന്നു. യുദ്ധത്തിന്റെയും സാമൂഹ്യപ്രശ്നങ്ങളുടെയും പശ്ചാത്തലത്തിൽ ഇവ രണ്ടിനും വ്യത്യസ്തമായ അർത്ഥങ്ങളു ണ്ടാകുന്നു. Evelyn, My First Friend എന്ന കവിത ഒരു

സഹോദരിയുടെ മരണത്തെ വിവരിക്കുന്നു; Yet Another Incident in July ‘83, വംശീയകലാപത്തിൽ മരിച്ച നാലുപേരെ കുറിച്ചും, Age four Re visited എന്ന കവിത, തുമ്പിയെക്കൊല്ലുന്നതു ധീരതയായി കരുതുന്ന ഒരു കുട്ടിയെക്കുറിച്ചും പറയുന്നു. പിന്നെ കുറെ കവിതകൾ മരിച്ചുപോയ സ്നേഹനിധിയായ എന്റെ അച്ഛനെക്കുറിച്ചുള്ളവയാണ്.

ജീവിതത്തിനുമേൽ അടിച്ചേൽപ്പിക്കപ്പെട്ട ഒരാഭാസമാണ് മരണം. അതില്ലാതാക്കാൻ നമുക്കാവില്ല; അതുകൊണ്ട് അതിനെ എത്രയും ദൂരെ നിർത്തുക. സാമൂഹ്യപ്രശ്നങ്ങൾ - അവ ഏതു തരത്തിലുള്ളവയാണെങ്കിലും - ഇത് അസാധ്യമാക്കുന്നു. ശ്രീലങ്കയിലെ പ്രശ്നത്തെ ഒരു മാനുഷികപ്രശ്നമായി മാത്രം കണ്ടാൽ പോരാ; സമൂഹത്തിന്റെ അർത്ഥത്തെത്തന്നെ ശിഥിലമാക്കുന്ന ഒരു വലിയ പ്രശ്നമാണത്. Yet Another Incident in July ’83ൽ ഒരച്ഛൻ തന്റെ കുഞ്ഞുങ്ങളെ അയാളോടൊപ്പം മരണത്തിലേക്കു വലിച്ചിഴയ്ക്കുന്നു. ആ കുഞ്ഞുങ്ങൾ രക്ഷപ്പെട്ടിരുന്നുവെങ്കിൽ സ്ഥിതി എന്താകുമായിരുന്നു? മറ്റുള്ളവർക്ക് ഇതു സംഭവിക്കുമ്പോൾ മനുഷ്യർ നിർന്നിമേഷം നോക്കി നില്ക്കുന്നു. വ്യക്തിപരമായി നമുക്കറിയാത്തവർക്ക് എന്തുതന്നെ സംഭവിച്ചാലും നമ്മെയതു സ്പർശിക്കുന്നില്ല.

പ്രചാരണ ലക്ഷ്യത്തോടെയുള്ള പല വീക്ഷണങ്ങളെയും മറികടന്നുകൊണ്ട് മരണം, ജീവിതം, ഇവയിലൂടെ കാര്യങ്ങളെ കാണാൻ നാം പഠിക്കണം. സാധാരണ മനുഷ്യർ ഇങ്ങനെയാണ് ജീവിക്കുന്നത് - അതാണ് ശരിയും. എന്റെ തലമുറക്കാർ മരണത്തെ ‘അകറ്റി’ നിർത്താൻ ശ്രമിച്ചില്ല. ഇതു ശ്രീലങ്കയിലെ മാത്രം സ്ഥിതിയായിരുന്നോ, അതോ എല്ലായിടത്തും ഇങ്ങനെയായിരുന്നോ? 50th Anniversary Get Together എന്നതുൾപ്പെടെയുള്ള പല കവിതകളിലെയും പ്രമേയം ഇതുതന്നെയാണ്.

പിന്നെ സ്നേഹം. എന്റെ സംസ്കാരവും അതിന്റെ പശ്ചാത്തലവുമൊക്കെ വച്ചു നോക്കുമ്പോൾ ഞാൻ അതിനെ ‘സൗഹൃദം’ എന്നു വിളിക്കാം. ഗ്രീക്ക് പദമായ ‘ഇറോസി’ൽ (eros) നിന്നും വ്യത്യസ്തമായി, പാലി പദമായ ‘കല്യാണ മിഠത്ത’ (Kalyana Mittata); സുന്ദര സൗഹൃദം എന്നതു ഞങ്ങളുടെ സ്നേഹത്തിന്റെ ശരിയായ നിർവചനമാണ്. എനിക്ക് ഏറ്റവുമിഷ്ടപ്പെട്ട പ്രമേയം ഏതാണെന്ന് ഒരിക്കൽ ഒരു സ്വീഡിഷ് എഴുത്തുകാരൻ ചോദിച്ചപ്പോൾ ‘സൗഹൃദം’ എന്നാണ് ഞാൻ പറഞ്ഞത്. പിന്നീടാണ്, ബുദ്ധമതത്തിൽ ഈ ആശയം എത്ര പ്രധാനപ്പെട്ടതാണെന്നു ഞാൻ

മനസ്സിലാക്കിയത്. ബുദ്ധദേവൻ ഒരിക്കൽ തന്റെ ശിഷ്യരോടു പറഞ്ഞു, കല്യാണ മിത്തയാണ് അദ്ദേഹത്തിന്റെ തത്ത്വങ്ങളുടെ സാരം എന്ന്. ബോധപൂർവ്വമല്ലെങ്കിൽക്കൂടി ഞാൻ സംസ്കാരത്തെ ഏതൊരു കവിയും ഉൾക്കൊള്ളുന്നുവെന്നതിന്റെ തെളിവാണിത്. മരിച്ചവർക്കുവേണ്ടി വിലപിക്കുകയും മരണത്തെയകറ്റി നിർത്തുവാൻ ശ്രമിക്കുകയും ചെയ്യുന്നതിനേക്കാൾ വലിയ സൗഹൃദം എന്താണുള്ളത്? ഇതു കവി വ്യാപാരമാണ്. ഏറെ പീഡനങ്ങൾ അനുഭവിച്ച ഒരാളെന്ന നിലയിൽ ഞാൻ ജീവിതം, സൗഹൃദം എന്നീ സങ്കല്പങ്ങളെ ജനാധിപത്യവും സ്വാതന്ത്ര്യവുമായും മരണത്തെ സ്വേച്ഛാധിപത്യവുമായും കാണുന്നു. മരണം, സൗഹൃദം എന്നീ രണ്ടു പദങ്ങൾക്കും വ്യക്തി സമൂഹം എന്ന വേർതിരിവില്ല, അവ കെട്ടുപിണഞ്ഞു കിടക്കുന്നു.

ചോദ്യം: ശ്രീലങ്കയിലെ ഇംഗ്ലീഷ് ഭാഷാ കവിതകൾ അതിന്റെ അധിനിവേശ പൈതൃകത്തേയും സ്വാധീനങ്ങളേയും സംബോധന ചെയ്യാനായി ഒരു പ്രത്യേക ദിശയിലാണു നീങ്ങുന്നതെന്നു താങ്കൾക്കു തോന്നിയി ട്ടുണ്ടോ?

ഉത്തരം: അധിനിവേശ പൈതൃകത്തെക്കുറിച്ച് എനിക്കു ചില കാഴ്ചപ്പാടുകളുണ്ട്. അധിനിവേശശക്തികൾ ശ്രീലങ്കക്കാരിൽ ഉപരിപ്ലവമായ സ്വാധീനം മാത്രമാണ് ചെലുത്തിയത്. ഞങ്ങളുടെ പ്രാചീന സംസ്കാരത്തിന്റെ ചേതനയെയൊന്നും മാറ്റിമറയ്ക്കാനുള്ളത്ര ശക്തി അതിനുണ്ടായിരുന്നില്ല. ക്രിസ്ത്യാനികളിൽ പോലും (ഞാനൊരു ക്രിസ്ത്യാനിയാണ്) അവരുടെ സ്വാധീനം അത്രമേലുണ്ടായില്ല എന്നതാണു വാസ്തവം.

വിദ്യാഭ്യാസരംഗത്താകട്ടെ, ഒരു 'മേലാള'വർഗ്ഗത്തെ സൃഷ്ടിക്കുന്നതിന്റെ ഭാഗമായി അവർ ലൈബ്രറികൾ മുഴുവൻ അവരുടെ പുസ്തകങ്ങളെക്കൊണ്ടു നിറച്ചു. ശ്രീലങ്കൻ കൃതികളുടെ താൽക്കാലികമായ തിരോധാനം പ്രാദേശികരിൽ ഒരളവുവരെ അപകർഷതാബോധമുണ്ടാക്കുകയും ചെയ്തു. ഒരു ശ്രീലങ്കക്കാരന് എങ്ങനെ ഇംഗ്ലീഷുകാരനെപ്പോലെ എഴുതാനാകും? അതായിരുന്നു അവരുടെ മനസ്സിലെ ഏറ്റവും വലിയ ഭയം. ഈ ഭയം ആദ്യം കുത്തിവച്ചത് ഇംഗ്ലീഷ് നിരൂപകർ തന്നെയാണ്. ഇംഗ്ലീഷ് സർവ്വകലാശാലകളിൽനിന്നുമിറങ്ങിയ ഒരുവിധം എല്ലാ ലേഖനങ്ങളും ഈയൊരു കാഴ്ചപ്പാടാണ് പുലർത്തിയത്. ബ്രിട്ടീഷ് എഴുത്തുകാരെ അനുകരിക്കുന്നതാണ് ശ്രീലങ്കൻ എഴുത്തുകാർ ചെയ്യുന്ന ഏറ്റവും വലിയ 'പാപം' എന്ന് കുരുവിള ഒരിക്കൽ പറയുകയുണ്ടായി. ഔപചാരികമായി ഇംഗ്ലീഷ് സാഹിത്യം

പഠിക്കരുതെന്നും അദ്ദേഹം ഉപദേശിക്കുകയുണ്ടായി. "നിങ്ങളുടെ ജന്മസിദ്ധമായ കഴിവിനെ അതു മുരടിപ്പിക്കും, അനുകരണത്തെ പ്രേരിപ്പിക്കുകയും ചെയ്യും" എന്നദ്ദേഹം പറഞ്ഞു. ഞാൻ ആ ഉപദേശം സ്വീകരിച്ചു. ഒരിക്കൽ ബ്രിട്ടീഷ് കൗൺസിലിൽ ഒരു കവിതാസമ്മേളനത്തിനു ഞാൻ പങ്കെടുത്തപ്പോൾ എനിക്കു മനസ്സിലായി, അവിടുത്തെ ഒരൊറ്റ കവിതയും ശ്രീലങ്കയോടു താദാത്മ്യം പുലർത്താത്തവയാണെന്ന്. ഞാൻ സിംഹളക്കാരുടെ ഉച്ചാരണത്തിൽത്തന്നെ എന്റെ രണ്ടു കവിതകൾ വായിച്ചു. പലർക്കും അവർ കേട്ടതു കവിതയാണെന്നുതന്നെ തോന്നിയില്ലത്രേ!

അനുകരിക്കുവാനുള്ള പ്രവണതയും ഇംഗ്ലീഷ് ഭാഷയോടുള്ള അമിത ഭയവുമൊക്കെ ക്രമേണ മാറുമെന്നതു തീർച്ചയാണ്; ഇപ്പോൾത്തന്നെ ഇവിടെ അത്തരത്തിലുള്ള എഴുത്തുകാർ ധാരാളമുണ്ട് - അവരുടെ ചിന്തകൾ വളരെ സ്വതന്ത്രമാണ്; അവർ തനതായ ആവിഷ്കാര ശൈലിയും ഉപയോഗിക്കുന്നു. ഇതിന ർത്ഥം അവർ സങ്കുചിതമായി ചിന്തിക്കുന്നുവെന്നല്ല. മറിച്ച്, ലോക പരിചയം വർദ്ധിച്ചതിന്റെ ഫലമായി, അവരുടെ പ്രമേയങ്ങളും ശൈലിയുമൊക്കെ കൂടുതൽ വികസിച്ചിരിക്കുകയാണ്. കഴിഞ്ഞ 10 വർഷമായി ഞാൻ ശ്രീലങ്കയ്ക്കു പുറത്തു ജീവിച്ചുവെന്നതിന്റെ ഗുണങ്ങൾ എന്റെ കവിതകളിൽ കാണുന്നുണ്ട്. കംബോഡിയൻ സമൂഹത്തേയും ഖ്മെർ റൂഷിന്റെ ഭരണത്തെയുമൊക്കെ കൂടുതൽ അടുത്തറിയാൻ അവിടുത്തെ യു.എൻ. ഓഫീസർ എന്ന നിലയിൽ എനിക്കു സാധിച്ചു. ശ്രീലങ്കയിലെയവസ്ഥതന്നെയായിരുന്നു അവിടെയും എന്നു വേണമെങ്കിൽ പറയാം - കുറെക്കൂടി ഭയാന കവും വ്യാപകവുമായ രീതിയിൽ എനിക്ക് അവരോടു സഹതപി ക്കേണ്ടി വന്നില്ല. കാരണം ഞാൻ അവരിലൊരാൾത്തന്നെ യായിരുന്നു. Yet Another Incident in July '83 എന്ന കവിതയിലെ പ്രമേയം ഞാൻ എത്രയോ തവണ നേരിൽക്കണ്ടിട്ടുള്ള ദൃശ്യ ങ്ങളാണ്. ഞാൻ ഒട്ടുമിക്ക ഏഷ്യൻ രാജ്യങ്ങളും സന്ദർശിച്ചിട്ടുണ്ട്. പല മനുഷ്യരുമായി അടുത്തിടപഴകിയിട്ടുമുണ്ട്.

പല എഴുത്തുകാരും അത്തരം അനുഭവങ്ങളെ തങ്ങളുടെ കൃതി കളിൽ ആവിഷ്കരിക്കാറുണ്ട്. പ്രാദേശികമായ അനുഭവങ്ങളെ അറപ്പു കൂടാതെ ആവിഷ്കരിക്കുകയെന്നതു സാഹിത്യധർമ്മ മാണെന്നു ഞാൻ വിശ്വസിക്കുന്നു. ഉദാഹരണത്തിന്, ദക്ഷിണേഷ്യ യിലെ ജാതി പ്രശ്നം തന്നെയെടുക്കാം. അതൊരു രൂഢമൂലമായ സാമൂഹ്യാവസ്ഥയാണെങ്കിലും - അതുളവാക്കുന്ന വേദന കഠിന മായതിനാലാവാം - അതേക്കുറിച്ചെഴുതാൻ പലരും മുതിരാറില്ല.

പിന്നെയുള്ളതു ലൈംഗിക വിഷയങ്ങൾ. ശ്രീലങ്ക ലൈംഗികമായി അടിച്ചമർത്തപ്പെട്ട ഒരു സമൂഹമാണ്. മാത്രമല്ല, ലോകത്ത് ഏറ്റവു മധികം ആത്മഹത്യകൾ നടക്കുന്ന രാജ്യങ്ങളിൽ ഒന്നുമാണ്. ഇവിടെ റൊമാന്റിക് കൃതികൾ ഏറെയുണ്ടെങ്കിലും വ്യക്തിപര മായി തീവ്രമായ ലൈംഗികാനുഭവങ്ങളെ ആവിഷ്കരിക്കുന്ന കൃതികൾ എത്രയോ വിരളമാണെന്നു കാണാം. ഇതെല്ലാം കണ്ണടച്ച് ഇരുട്ടാക്കുന്ന പ്രവണതകളാണ്.

Don't Talk To Me About Matisse എന്ന ലക്ദാസാ വിക്രമസിംഗെ യുടെ കവിതയാണ് എനിക്കിപ്പോൾ ഓർമ്മ വരുന്നത്. 'Dont talk to me' എന്ന വാചകം മനസ്സിലാക്കണമെങ്കിൽ അറുപതുകളി ലേയും എഴുപതുകളിലേയും സാംസ്കാരിക പശ്ചാത്തലം, മാറ്റിസ്, ഗാംഗ്വിൻ, വാൻഗോ എന്നീ കലാകാരൻമാരോടുള്ള അന്നത്തെ അന്ധമായ ആരാധനയെക്കുറിച്ചും നാം മനസ്സിലാക്കണം. ഇവരെ യൊക്കെക്കുറിച്ചു പറയുന്നതു സമൂഹത്തിൽ സ്ഥാനം പിടിക്കാനാ യിരുന്നു എന്നതാണ് ഈ കവിത വ്യക്തമാക്കുന്നത്. പാശ്ചാത്യ മല്ലാത്ത വിഷയങ്ങളെല്ലാം തന്നെ 'മോശ'മായി കണക്കാക്ക പ്പെട്ടിരുന്ന കാലഘട്ടമായിരുന്നുവത്. ഉദാഹരണത്തിന് 1971ൽ ജാതികാ വിമുക്തി പെരുമന (JVP) നേതാക്കളുടെ വിചാരണ സമയത്ത് അവരെ രക്ഷിക്കാനായി കുറച്ചു വ്യക്തികൾ മുന്നോട്ടു വന്നു. അതിൽ രണ്ടുപേർ കൊളംബോവിലെ സാംസ്കാരിക നേതാക്കളായിരുന്നു. പല വക്കീലൻമാരും ഇതിലുണ്ടായിരുന്നു. ഞാനും എന്റെ രണ്ടു സുഹൃത്തുക്കളും ഈ മീറ്റിംഗുകളിൽ പങ്കെടുത്തു.

ഒരു ദിവസം അതിൽ വിചാരണ ചെയ്യപ്പെടുന്ന ഒരാളുടെ സഹോദരൻ ഞങ്ങളെക്കാണാൻ വന്നു. ഒരു ധനികന്റെ വീട്ടിൽ ഞങ്ങളെ വിരുന്നിനു വിളിച്ചിരുന്നു - അവിടെയായിരുന്നു കൂടി ക്കാഴ്ച. ആ വീട്ടിലെ സജ്ജീകരണങ്ങളും മോടിയും ഒക്കെ ഒന്നു കാണേണ്ടതു തന്നെയായിരുന്നു! ഭക്ഷണശേഷം ഞങ്ങൾക്കു തേനും തൈരും ചേർത്ത ഒരു മധുരമാണു നൽകിയത് - അതും പോളീഷ് ചെയ്തെടുത്ത ചിരട്ടകളിൽ! ആതിഥേയനാകട്ടെ, ലോകരാഷ്ട്രീയം, കല, സാഹിത്യം എന്നീ വിഷയങ്ങളെക്കുറി ച്ചെല്ലാം സംസാരിച്ചു. ചെറുപ്പക്കാരൻ കുറെനേരം ക്ഷമയോടെ സഹിച്ചിരുന്നു. ക്രമേണ അയാൾ അക്ഷമനായി. എന്നെ മേശ യ്ക്കടിയിൽ വച്ചു തട്ടിക്കൊണ്ടു പറഞ്ഞു: "എന്റെ ഏട്ടന്റെ കാര്യം ഒന്നു ചോദിക്കൂ" എന്ന്. ഞാൻ അതു ചെയ്തു. ആതിഥേയൻ

കുറച്ചു നേരം ആ വിഷയത്തെക്കുറിച്ചു സംസാരിച്ച്, ഉടനെത്തന്നെ പഴയ വിഷയങ്ങളിലേക്കു നീങ്ങി.

വിക്രമസിംഗെയുടെ കവിതകൾ വായിക്കുമ്പോഴൊക്കെ ഞാൻ ഈ സംഭവമോർക്കാറുണ്ട്. പാശ്ചാത്യശക്തികളേക്കാൾ അദ്ദേഹം അപലപിച്ചത് അവരുടെ സാമൂഹ്യാചാരങ്ങളെയും അതനുകരിക്കുന്ന നാട്ടുകാരെയുമാണ്. പൗരസ്ത്യ സംസ്കാരത്തെയും ആചാരങ്ങളെയും അദ്ദേഹം അത്രയേറെ മാനിച്ചിരുന്നു. ഇതു ചിന്തിക്കേണ്ട ഒരു വിഷയം തന്നെയാണ്. ശ്രീലങ്കയിലെ പ്രാദേശിക ഭാഷാസാഹിത്യവും ഇംഗ്ലീഷ് സാഹിത്യവും പാശ്ചാത്യ സംസ്കാരത്തെ പുകഴ്ത്തിപ്പാടുന്നുവെന്നതു വൈരുദ്ധ്യം തന്നെ. സിംഹളയിലെ ഇംഗ്ലീഷ് എഴുത്തുകാർ സിംഹളയുടെ സത്തയന്വേഷിക്കുമ്പോൾ, തമിഴ് എഴുത്തുകാർ തമിഴിന്റെ സത്ത തേടിപ്പോകുന്നു.

ഞങ്ങളുടെ ചരിത്രം, മറ്റു ദക്ഷിണേഷ്യൻ ചരിത്രങ്ങളെപ്പോലെ രക്തം പുരണ്ടതാണ്. ബി.ആർ. അംബേദ്കർ പറഞ്ഞതുപോലെ, ദക്ഷിണേഷ്യൻ ചരിത്രത്തിൽ നിന്നുമാണു ലോകത്തിലെ ഏറ്റവും പ്രാകൃതമായ പല സാംസ്കാരിക പ്രസ്ഥാനങ്ങളും ഉടലെടുത്തത്. ആ സംസ്കാരം പലയിടത്തും ഇപ്പോഴും അങ്ങനെത്തന്നെ തുടരുന്നു. ദക്ഷിണേഷ്യൻ സാഹിത്യകാരൻമാർ മറ്റു സംസ്കാരങ്ങളിലെ ആചാരങ്ങളെ രൂക്ഷമായി വിമർശിക്കുമെങ്കിലും അവരുടെതന്നെ സംസ്കാരത്തെ വിമർശിക്കുന്നതു ചാരവൃത്തിക്കു തുല്യമായി അവർ കരുതുന്നു. ഈയൊരു പ്രവണത ശ്രീലങ്കയിലെ സാഹിത്യകാരന്മാരിലും ഉണ്ടായിരുന്നുവെന്നതു ദുഃഖകരം തന്നെ. (കുരുവിളയെപ്പോലുള്ള ചിലരെ ഒഴിച്ചു നിർത്തുന്നു).

കുരുവിള ഇന്ത്യയിൽ, കേരളത്തിലാണ് ജനിച്ചത്. ബ്രാഹ്മണത്വത്തിന്റെ പേരിൽ നടന്നുവന്നിരുന്ന പുരാതനവും നൂതനവുമായ പല അനാചാരങ്ങളെയും തുറന്നു കാണിക്കാൻ കേരളത്തിലെ എഴുത്തുകാർ ശ്രമിച്ചുവെന്നത് ആ നാടിന്റെ മഹത്ത്വത്തെയും പാരമ്പര്യത്തെയും വിളിച്ചോതുന്നു. ഇതുതന്നെയാണ് ഓരോ ദക്ഷിണേഷ്യൻ എഴുത്തുകാരനും ചെയ്യേണ്ടത്; തന്റെ പാരമ്പര്യത്തിന്റെ മഹത്ത്വത്തെക്കുറിച്ചു മാത്രം പാടുന്ന കവിയോട് 'എനിക്കു കേൾക്കണ്ട' എന്ന മറുപടിയാവണം നാം കൊടുക്കേണ്ടത്.

ചോദ്യം: വായനക്കാരെക്കുറിച്ചു താങ്കൾക്കുള്ള പ്രതീക്ഷകൾ എന്തൊക്കെയാണ്?

ഉത്തരം: സത്യം പറഞ്ഞാൽ ആദ്യമൊന്നും ഞാൻ വായനക്കാരനെക്കുറിച്ചു ചിന്തിച്ചിരുന്നതേയില്ല. എഴുതുവാനുള്ള അതിയായ മോഹം കൊണ്ടാണ് ഞാൻ എഴുതിത്തുടങ്ങിയത്. എന്നാൽ ആദ്യത്തെ ചില കവിതകൾ പ്രസിദ്ധീകരിച്ചപ്പോൾ വളരെ ഹൃദ്യമായ സ്വീകരണമാണ് എനിക്കു ലഭിച്ചത്. പ്രാദേശികതലത്തിൽ മാത്രമല്ല, അന്തർദ്ദേശീയമായും പ്രോത്സാഹനങ്ങൾ ലഭിച്ചുവെന്നത് എനിക്കു വലിയ പ്രചോദനമായി.

ശ്രീലങ്കയിലെ ആളുകളുമായി കവിതയും സാഹിത്യവുമെല്ലാം വിശദമായി ചർച്ച ചെയ്യണമെന്നു ഞാനാഗ്രഹിക്കുന്നു. എന്നാൽ ഈ പ്രത്യേക രാഷ്ട്രീയ ചുറ്റുപാടിൽ അടുത്തകാലത്തൊന്നും ഇതു സാധ്യമാകുമെന്നു തോന്നുന്നില്ല. എന്നാലും ഇത്തരം പല പ്രശ്നങ്ങൾക്കും ഒരളവുവരെയെങ്കിലും മാറ്റം വരുത്തുവാൻ സർഗ്ഗാത്മക സാഹിത്യത്തിനു കഴിയും എന്നെനിക്കുറപ്പുണ്ട്. കൊളംബോവിലെ ചെറിയ സാഹിത്യഗ്രൂപ്പുകളിൽ മാത്രം ഇത് ഒതുങ്ങിനില്ക്കാതെ കൂടുതൽ വിപുലമാക്കണമെന്നാണ് എന്റെ ആഗ്രഹം. ഇന്നു പല വിദ്യാർത്ഥികളും യുവാക്കളും സർഗ്ഗാത്മക സാഹിത്യത്തിൽ താത്പര്യം പ്രകടിപ്പിക്കുന്നുണ്ട്. ഇങ്ങനെയൊരു പ്രക്രിയയിലൂടെ മാത്രമേ നമുക്കു മരണത്തെ മാറ്റിനിർത്താനും ജീവിതത്തിന്റെ സൗന്ദര്യത്തെ ഉണർത്താനും സുന്ദര സൗഹൃദങ്ങളെയാവിഷ്കരിക്കാനുമൊക്കൂ.

ചോദ്യം: താങ്കൾ എന്തുകൊണ്ടാണ് ശ്രീലങ്ക വിട്ടത്?

ഉത്തരം: ഞാൻ '89 സെപ്തംബർ 7ന് ശ്രീലങ്ക വിട്ടു. കുറച്ചു ദിവസം കൂടി നിന്നിരുന്നെങ്കിൽ അവരെന്നെ കൊന്നേനെ. എന്റെ ഭാര്യയന്ന് മൂന്നു മാസം ഗർഭിണിയായിരുന്നു. എന്നിട്ടും ഞാൻ നാടുവിട്ടു. ഞാൻ പോയപ്പോൾ, എന്നെത്തേടി നടന്നിരുന്ന ഒരു പോലീസുകാരൻ, "അവൻ നമ്മെ തോൽപ്പിച്ചുകളഞ്ഞുവല്ലൊ" എന്നു പറഞ്ഞുവത്രേ.

'മരണ ലയിസ്തു' (Death Lists) എന്നതെന്താണെന്നും കൂടി നിങ്ങൾ അറിഞ്ഞിരിക്കണം. ഓരോ ശ്രീലങ്കക്കാരനും ഇതറിയാം. രാഷ്ട്രീയക്കാരും ചില പോലീസുകാരും കൂടിയാണ് ഈ ലിസ്റ്റു തയ്യാറാക്കുക. അവർക്കു 'വേണ്ടെന്നു' തോന്നുന്നവരെ 'അപ്രത്യക്ഷ'രാക്കാൻ വേണ്ടി തയ്യാറാക്കുന്ന ലിസ്റ്റാണത്. ഇത്തരം നാടകങ്ങളിലൂടെ ആദ്യമവർ ജനങ്ങളിൽ ഭീതി പരത്തും; പിന്നെ ക്രമസമാധാനം തകരാറിലാകുമ്പോൾ പോലീസും പട്ടാളവുമൊക്കെ ചേർന്ന് വലിയ ഒരു 'തിരച്ചിൽ' നാടകവും നടത്തും. ഇത് '88ൽ

തുടങ്ങി – ’89 ആയപ്പോഴേക്കും ഏകദേശം 60,000 പേരാണ് ഇങ്ങനെ ‘അപ്രത്യക്ഷ’രായത്.

എന്റെ പേർ ഈ ലിസ്റ്റിൽ ഉണ്ടായിരുന്നതായി ഞാനറിഞ്ഞു. രണ്ടു രാഷ്ട്രീയനേതാക്കളാണ് അതു ചേർത്തത്. കാര്യങ്ങളുടെ ‘പ്രായോഗിക വശം’ മനസ്സിലാകാത്ത ബുദ്ധിയില്ലാത്ത ഒരു വക്കീലായ എന്നെ അവർക്കു തുരത്തണം – ഒരു വമ്പൻ പദ്ധതിയുടെ ആദ്യപടിയായിരുന്നു അത്. (കൂടുതൽ വിവരങ്ങൾ ‘Report of the Commission on Disappearance and Forcible Removal of Person’ എന്നതിലും www.disappearance.org എന്ന വെബ്സൈറ്റിലും ലഭിക്കുന്നതാണ്.) രാഷ്ട്രീയക്കാരുടെ ‘ഇര’കളെ രക്ഷിക്കാനെത്തുന്ന വക്കീലൻമാരെ അവർക്കവിടെ വേണ്ട. പലരും ഇത്തരം ജോലികൾ ഏറ്റെടുക്കാറില്ല. ഞാനതു ചെയ്തു. അങ്ങനെയാണ് അവരെന്നെ ‘അപ്രത്യക്ഷ’നാക്കുവാൻ തീരുമാനിച്ചത്.

പിന്നെ ചില വ്യക്തിവൈരാഗ്യങ്ങളും ഉണ്ടായിരുന്നു.

പീഡനം, നിയമപരമല്ലാത്ത അറസ്റ്റ് എന്നിവയെക്കുറിച്ചു സുപ്രീം കോടതി സംഘടിപ്പിച്ച മീറ്റിംഗുകളിൽ ഞാനുമുണ്ടായിരുന്നു. അർബൻ കൗൺസിൽ പരിസരത്തുവച്ച് മീറ്റിംഗ് നടത്താൻ ഞങ്ങൾക്ക് അനുവാദവും ലഭിച്ചിരുന്നു. ആ സമയത്താണ് അന്നത്തെ ടൗൺ കൗൺസിൽ ചെയർമാൻ (ഭാവിയിൽ ഒരു എം.പിയാകാൻ സാധ്യതയുള്ള ആളായിരുന്നു അദ്ദേഹം) അവിടെ വന്ന് മീറ്റിംഗ് എത്രയും പെട്ടെന്നു റദ്ദാക്കണമെന്നാവശ്യപ്പെട്ടത്. ഞങ്ങൾ അനുസരിച്ചില്ല. പോലീസ് വന്ന് ഞങ്ങളെ ഇറക്കി വിട്ടു. ഞങ്ങൾ ഉടനെത്തന്നെ മൗലികാവകാശലംഘനമെന്ന പരാതി കോടതിയിൽ കൊടുത്തു. വിധി ഞങ്ങൾക്ക് അനുകൂലവുമായിരുന്നു. എങ്കിലും അതിനൊന്നും ഫലമുണ്ടായില്ല എന്നു മാത്രമല്ല, ആ കൗൺസിൽ ചെയർമാൻ രാഷ്ട്രീയമായി ഉയരുകയും ചെയ്തു.

മറ്റൊരു രാഷ്ട്രീയക്കാരനും കൂടി എന്നോടു വിദ്വേഷം വച്ചു പുലർത്തിയിരുന്നു. 1983 വംശീയകലാപത്തിന്റെ ഭാഗമായുണ്ടായ കൊലയുടേയും കൊള്ളയുടേയും വിവരങ്ങൾ ഉൾപ്പെടുത്തി ഞാൻ എഴുതിയ കഥയിൽ അദ്ദേഹത്തെക്കുറിച്ചു വ്യംഗ്യമായി പരാമർശങ്ങളുണ്ടായിരുന്നുവത്രേ. ലിറോയ് റോബിൻസൺ ജപ്പാനിലാണ് അതു പ്രസിദ്ധീകരിച്ചത്; അതിന്റെ ചില കോപ്പികൾ ഞാൻ നാട്ടിൽ വിതരണം ചെയ്തിരുന്നു. എന്നെ കുറ്റക്കാരനായി മുദ്ര കുത്താനുള്ള നിയമവശങ്ങളെല്ലാം അയാൾ തേടിയിരുന്നെന്നും അതിനു യാതൊരു വകുപ്പുമില്ലെന്നു കണ്ട സാഹചര്യത്തിലാണ് ഇങ്ങനെയൊരു നീക്കമുണ്ടായതെന്നും എനിക്കു മനസ്സിലായി.

അടുത്തതു സാമൂഹ്യവശമാണ്. ഞാൻ ജന്മംകൊണ്ടു 'താഴ്ന്ന'വനാണത്രെ; അങ്ങനെ പറയുന്നതിനു കാരണം ഞാൻ ജാതിവ്യവസ്ഥയിൽ വിശ്വസിക്കുന്നില്ലായെന്നതാണ്. ഞങ്ങൾ പരമ്പരാഗതമായി അലക്കു തൊഴിൽ ചെയ്യുന്നവരാണ്. എനിക്ക് എന്റെ ജാതിയെക്കുറിച്ചു സ്വാഭാവികമായും അപകർഷതാബോധമുണ്ടാകേണ്ടതാണ്. പക്ഷേ എനിക്കൊരിക്കൽ പോലും അങ്ങനെ തോന്നിയിട്ടില്ല - ജന്മം കൊണ്ട് ഒരാളും മറ്റൊരാളേക്കാൾ വലിയവനോ ചെറിയവനോ ആകില്ലല്ലോ. ഇങ്ങനെയുള്ള വീക്ഷണമുള്ളവരെ പലരും ധാർഷ്ട്യക്കാരായിക്കാണുന്നു. അതു ഞാൻ പലപ്പോഴും മനസ്സിലാക്കിയിട്ടുണ്ട്. പാവപ്പെട്ടവർക്കിടയിൽ വോട്ടു ചോദിച്ചു നടക്കുന്ന രാഷ്ട്രീയക്കാർക്കു എന്നെപ്പോലുള്ളവർ പ്രത്യേകിച്ചും എന്നും നോട്ടപ്പുള്ളികളായിരുന്നു.

എന്റെ സാമൂഹ്യമായ താഴ്ന്ന അവസ്ഥ എന്റെ നിയമജീവിതത്തെയും ബാധിച്ചിട്ടുണ്ട്. അവിടെ കോടതികളിൽ വന്നിരുന്ന ന്യായവാദികളിൽ പലരും പുതുപ്പണക്കാരായിരുന്നു. അവരിൽ അഭ്യസ്തവിദ്യരോ പുസ്തക പ്രേമികളോ അധികം ഉണ്ടായിരുന്നില്ല. എന്നെപ്പോലെ ചിലർ ഈ രംഗത്തു വന്നത് അവർക്കു ക്ഷീണമായി എന്ന് എടുത്തുപറയേണ്ടതില്ലല്ലോ. എന്റെ ജാതിപ്പേരു പറഞ്ഞ് ഒരിക്കൽ കോടതിയിൽവച്ച് ഒരു വക്കീൽ എന്നെ പരസ്യമായി അപമാനിച്ചിട്ടുമുണ്ട്. ജഡ്ജി അതിനെ അപലപിക്കാതെ, ചിരിച്ചു തള്ളുകയാണ് ചെയ്തത്. പിന്നീട് അഴിമതിയാരോപണങ്ങളുടെ പേരിൽ അദ്ദേഹത്തെ നീക്കം ചെയ്തതായറിഞ്ഞു.

ഇനി പോലീസുകാർ - അവരുടെയും പൊതുശത്രുവായിരുന്നു ഞാൻ. ഞാൻ നിയമരംഗത്തു വരുന്നതിനുമുമ്പുതന്നെ പോലീസുമായി ഉരസലുകളുണ്ടായിരുന്നു. '70കളുടെ മദ്ധ്യത്തിൽ പോലീസ് കസ്റ്റഡിയിൽ വച്ചു മരിച്ച ഒരു തമിഴനുവേണ്ടി സംഘടിപ്പിച്ച പ്രതിഷേധ പ്രകടനം നയിച്ചതു ഞാനായിരുന്നു. അതിനു വലിയ ജനസമ്മതിയുണ്ടായിരുന്നു. ഞങ്ങളിൽ ചിലരെയവർ അറസ്റ്റു ചെയ്തു, പക്ഷേ മണിക്കൂറുകൾക്കുള്ളിൽ വിട്ടയച്ചു. നിയമവിരുദ്ധമായി അറസ്റ്റു നടത്തിയതിന് ഞങ്ങൾ പിന്നീടു കേസു കൊടുത്തു. കേസുമായി ബന്ധപ്പെട്ട് നാലഞ്ചു പോലീസുകാർ പലവട്ടം കോടതി കയറിയിറങ്ങി. ഒടുവിൽ അറ്റോർണി ജനറലിന്റെ സഹായത്തോടെ കേസ് പിൻവലിക്കുകയായിരുന്നു. അതിലെ ഒരു പോലീസ് ഉദ്യോഗസ്ഥൻ '89 ആയപ്പോഴേക്കും സെക്യൂരിറ്റി വകുപ്പിലെ ഉയർന്ന പദവിയിലെത്തി. 'മരണലിസ്റ്റ്' തയ്യാറാക്കുന്നതിന്റെ

ചാർജ് മറ്റൊരു ഉദ്യോഗസ്ഥനായിരുന്നു. അയാൾക്കെന്നെ വ്യക്തിപരമായി അറിയില്ല; പക്ഷേ ഞാൻ മരിച്ചു കാണണമെന്ന് അതിയായി ആഗ്രഹിക്കുന്ന രാഷ്ട്രീയക്കാരെ സന്തോഷിപ്പിക്കുവാനായി അദ്ദേഹം പ്രവർത്തിച്ചു തുടങ്ങി എന്നതാണു വാസ്തവം. പ്രാദേശികതലത്തിലെ നേതാക്കൾക്കുള്ള രാഷ്ട്രീയ സ്വാധീനം പലപ്പോഴും നമ്മെ ഞെട്ടിക്കും. അവരും പോലീസും ഒന്നിക്കുമ്പോൾ, ഒന്നും തന്നെ അസാധ്യമാവില്ല.

പോലീസുമായി ഉണ്ടാകുന്ന എന്തു നിയമക്കുരുക്കിനും സമീപിക്കാവുന്ന ഒരു വക്കീൽ എന്ന പേര് എനിക്കു വളരെ വേഗം ലഭിച്ചു. അതു പല പ്പോഴും ബുദ്ധിമുട്ടായി. ഒരുവിധം എല്ലാ കേസുകളിലും ആളുകൾക്കു പോലീസുമായി എന്തെങ്കിലും പ്രശ്നമുണ്ടാകും. അതുകൊണ്ട് അവർക്കെന്നോടു കടുത്ത അമർഷമായിരുന്നു. മനുഷ്യാവകാശലംഘനക്കേസുകൾ പലതും എന്റെയടുത്തു വന്നുകൊണ്ടിരുന്നു – ആളുകളെ 24 മണിക്കൂറിലധികം നേരം കസ്റ്റഡിയിൽ വയ്ക്കുക, പോലീസ് മർദ്ദനങ്ങൾ, ആളുകളെ കാണാതെയാകൽ – ഇതിനെല്ലാമെതിരെ ഞാൻ പടപൊരുതി. പോലീസുകാരുടെ പല കുതന്ത്രങ്ങളും മുളയിലേ നുള്ളിക്കളയാനും എനിക്കു സാധിച്ചു. 1982ൽ ഒരു ഉദ്യോഗസ്ഥൻ എന്നോടു പറഞ്ഞു, “അടിയന്തിരാവസ്ഥയെങ്ങാനും വന്നാൽ നിന്നെ എന്തു ചെയ്യണമെന്ന് ഞാൻ തീരുമാനിക്കും.” ഇതു ചില പത്രക്കാർ റിപ്പോർട്ടു ചെയ്തു.

എന്റെ പേരിനോടൊപ്പം മരണലിസ്റ്റിൽ ഉണ്ടായിരുന്ന മറ്റൊരു പേര് വിൽബർട്ട് ഫെർണാൻഡോ എന്ന ഒരു പഴയകാല ടൗൺ കൗൺസിൽ ചെയർമാന്റേതായിരുന്നു. അദ്ദേഹം ഉടനെത്തന്നെ നാടുവിട്ടു; പിന്നെ ഒരു വിവരവും ലഭിച്ചുമില്ല. വക്കീൽ എന്ന നിലയ്ക്ക് എനിക്കുണ്ടായ പല അനുഭവങ്ങളും ആ സന്ദർഭം വായിച്ചെടുക്കാൻ എന്നെ സഹായിച്ചു. പക്ഷേ, എങ്ങനെ പ്രതികരിക്കണമെന്നു മാത്രം എനിക്കറിയില്ലായിരുന്നു. എന്റെ രാജ്യത്തിന്റെ പരിഹാസ്യമായ അവസ്ഥയെക്കുറിച്ചാലോചിച്ച് എനിക്കു പലപ്പോഴും ചിരി വന്നിട്ടുണ്ട്. പക്ഷേ എന്റെ നിസ്സഹായത കൂടി ആ ചിരിയിൽ അലിഞ്ഞു ചേർന്നിട്ടുണ്ടായിരുന്നു. മരണത്തെ ഭയന്നിട്ടല്ല ഞാൻ രക്ഷപ്പെടാൻ തീരുമാനിച്ചത്; മറിച്ച്, എന്റെ മരണംകൊണ്ടു പ്രത്യേകിച്ച് ഒരു ഗുണവുമുണ്ടാകില്ല എന്നതുകൊണ്ടാണ്.

നാടുവിട്ടതിൽ എനിക്കു യാതൊരു പശ്ചാത്താപവുമില്ല. പലതരം ആളുകൾ, സാഹചര്യങ്ങൾ, ജീവിതരീതികൾ, ജോലികൾ, എല്ലാം

എന്റെ അനുഭവങ്ങൾക്കു മുതൽക്കൂട്ടായി. എന്റെ മകൾക്കും ഇതൊക്കെ കണ്ടറിയാൻ സാധിച്ചുവെന്നതിൽ എനിക്കു ചാരിതാർത്ഥ്യമുണ്ട്. എന്റെ, നാടിന്റെ ദുരവസ്ഥയിൽനിന്നും ചിലതൊക്കെ സൃഷ്ടിച്ചെടുക്കാൻ ഞാൻ ശ്രമിച്ചു. പല സാമൂഹ്യ/നിയമ പദ്ധതികളുടെയും ഭാഗമായി ഞാൻ പ്രവർത്തിച്ചു വരുന്നു എന്നത് എന്നെ സന്തുഷ്ടനാക്കുന്നു. അതത്ര വലിയ കാര്യമൊന്നുമല്ലായിരിക്കാം - എങ്കിലും എന്റെ നാട് - ഒരു പരിധി വരെയെങ്കിലും - ഈയവസ്ഥയിൽനിന്നു മോചനം നേടിക്കാണുവാൻ ഞാൻ അതിയായി ആഗ്രഹിക്കുന്നു. അതാണെന്റെ എന്നത്തേയും സ്വപ്നവും.

■

കവിതകൾ

ശാന്തമായിരുന്നു സമുദ്രം നിന്റെ വീടിനു പിന്നിൽ

(എം.ഐ. കുരുവിളയ്ക്ക്)

1983 ജൂലൈയിലെ ഒരു ദിവസം
നമ്മുടെ നാടിനു പേയിളകിയ നാൾ
നിന്റെ വീട്ടിൽ ഞാൻ വന്നു.
ശാന്തമായിരുന്നു സമുദ്രം.
നിന്റെ വീടിനു പിന്നിൽ.

നീയെന്നെ വരവേറ്റു
എന്നത്തേയും പോലെ.
എങ്കിലും അറിഞ്ഞുകൊണ്ടിരുന്നു നാം
എന്തോ ഒരു പന്തികേട്.
അളന്നുകൊണ്ടിരുന്നു നാം
നമ്മിൽ നാം കരുതിയ നിശ്ശബ്ദത.

നീ ഗുരു
ഞാൻ ശിശു.
കളിച്ചിട്ടുണ്ട് നാം ഈ കളി പണ്ടും.
പക്ഷേ ഇന്നതു നിലച്ചുപോയി.

അറിയാതിരുന്നതു ചുരുളഴിഞ്ഞുവന്ന്
ഭാഗ്യം ചിരിക്കാൻ മടിച്ച്
ദൈവം പരിഹസിച്ച്
ചിതറിപ്പോയി നമ്മുടെ ശുഭവിശ്വാസങ്ങൾ.
ശാന്തമായിരുന്നു സമുദ്രം
നിന്റെ വീടിനു പിന്നിൽ.

വിവർത്തനം: കെ.ജി.എസ്.

അജ്ഞാതർ

ഞങ്ങൾ അജ്ഞാതർ
ഭൂതകാലത്തെ തെളിയിക്കുവാനായ്
ചിത്രങ്ങളോ ഫോട്ടോകളോ
ഒന്നുമില്ല.
ഞങ്ങളുടെ പൂർവ്വികർ
സ്റ്റാമ്പുകളൊന്നും ശേഖരിച്ചുമില്ല.

ഒരു ചുമരിലും
ഞങ്ങളുടെ പേരില്ല.
ഒരു പൊതുവിനോദത്തിനും
ഈ പേരുകളിൽ പുരസ്കാരങ്ങളില്ല.
ഞങ്ങൾ അജ്ഞാതർ
ഞങ്ങളുടെ പൂർവ്വികരെപ്പോലെ.

പ്രായത്തിന്റെ വ്യഥകൾ
ഭൂതകാലവുമായ്
കെട്ടുപിണഞ്ഞുകിടക്കുന്നു.

പക്ഷേ
ഞങ്ങളുടെ ലോകം വിശാലമാണ്.
മൗനം മുഖംമൂടിയാക്കിയ
ഞങ്ങൾ
അജ്ഞാതർതന്നെ.

ഉയിർത്തെഴുന്നേല്പ്

ഇന്നു ഞാനൊരാളെക്കണ്ടു
മരണക്യാമ്പിൽനിന്നും
രക്ഷപ്പെട്ടൊരാൾ.
അയാൾ ഉയിർത്തെഴുന്നേറ്റതാണോ?
ഏയ്,
അയാളിപ്പോൾ മരിക്കുന്നതേയുള്ളൂ.

മെലിഞ്ഞുണങ്ങിയവശനായ്,
ദുഃസ്വപ്നങ്ങൾ വേട്ടയാടി,
മനസ്സുപോലും കൈവിട്ട്....
"യാതനകളനുഭവിച്ചവരൊക്കെ-
യിങ്ങനെയാണ്" മനശ്ശാസ്ത്രജ്ഞർ.
അവന്റെ ശിക്ഷകരുടെ
മനസ്സിലെന്താവും?
മധുരസ്വപ്നങ്ങൾ, കുടുംബം, കുട്ടികൾ,
വലിയ മോഹങ്ങൾ?

എനിക്കയാളെ സഹായിക്കാമായിരുന്നു.
ഇപ്പോഴെനിക്കാവില്ല,
മെല്ലെ വരുന്ന,യീ
മരണത്തെത്തടുക്കുവാൻ

കടൽ ദ്രവിക്കുന്നു

ഞങ്ങളുടെ പൂർവ്വികർ
സമുദ്രങ്ങളായിരുന്നു.

ക്ഷുഭിതരായ അവർ
ഭൂമിയെ ഭുജിച്ചു.

വമ്പൻ തെങ്ങുകൾ
കബന്ധങ്ങളായി ഒഴുകി.

ശലഭങ്ങൾ

ഈ മരത്തിൻ ചുവട്ടിലൊരിക്കൽ
രണ്ടു ചെറുതുട്ടുകൾ പതിച്ചു
ഒരമ്മത്തുമ്പി.

വൈകാതെ,
വെള്ളയും മഞ്ഞയും തുമ്പിക്കുട്ടികൾ
അവിടെയാകെ പാറിപ്പറന്നു:
ജീവൻ തുടിക്കുന്ന
വേലികൾക്കിടയിലൂടെ.

എല്ലാവരുമതു കണ്ടു.
പക്ഷേ
അതു 'നുഴഞ്ഞുകയറ്റ'മാണെ-
ന്നാർക്കും തോന്നിയില്ല.

ഒരു പൂവിനെ ചുംബിക്കുന്നതും,
മധുരം നുകരുന്നതും
എങ്ങനെ മോഷണമാകും?
ഒരേയൊരു പൂവിൽ
മാത്രമൊതുങ്ങിയില്ല
അവന്റെ കൗതുകം.

പൂക്കൾ അവന്റെ ഇരകളായില്ല,
പങ്കാളികൾ മാത്രമായ്. ■

വിജയാഘോഷം

വെറ്റില പങ്കുവച്ച്
അവർ സംവദിക്കാറുണ്ട്,
സ്യൂയസ്കനാൽ പ്രശ്നങ്ങളെ-
യൊക്കെക്കുറിച്ച്.

പാതി നർമ്മത്തിൽ, പാതി ഗൗരവമായ്
'ജനത'പത്രത്തിന്റെ ഭാഗങ്ങളും
റേഡിയോവാർത്തയുടെ ശകലങ്ങളും
വ്യാഖ്യാനങ്ങളോടെ.

'വലിയ'വരുടെ, ആണുങ്ങളുടെ
ആ വേദിയിൽ
കുട്ടി ഒരു കേൾവിക്കാരൻ മാത്രമായി.
അവൻ ചായക്കോപ്പകളും വെറ്റിലപ്പാക്കും
അങ്ങോട്ടുമിങ്ങോട്ടും കൊണ്ടുനടന്നു.

സ്യൂയസ് കനാലിനെ
ഞങ്ങളുടെ സ്വന്തം ഹാമിൽട്ടൺ - ഈലയായ്
ഞാൻ സങ്കല്പിച്ചുനോക്കി.
മണലിറക്കുന്ന മരത്തോണികൾ
ടോർപ്പിഡോ ചെയ്യപ്പെടുന്നുവെന്നു
സ്വപ്നം കണ്ടു.
(എല്ലാ അദ്ധ്യാപകരും 'വീറ്റോ' പ്രയോഗിച്ചിരുന്നു)

ഞങ്ങളുടെ അയൽപക്കം രണ്ടായി.
അവർക്കിടയിൽ ഒരു ധനികൻ
പണിതീർത്തൂ, അക്രമം കൊണ്ടൊരു
വൻമതിൽ.

പിന്നെ
ആയിരത്തി തൊള്ളായിരത്തി അൻപത്തിയാറ്.

എല്ലാവരും കാതോർത്തിരുന്നു,
ഫലമറിയാനായ്.
ചിലർ ദുഃഖിച്ചു; ചിലർ തുള്ളിച്ചാടി
പടക്കവും വെറ്റിലയും പങ്കുവച്ചു.

മറ്റു ചിലരോ,
ദിവസങ്ങളോളം
വെറുതെ കിടന്നുറങ്ങി.
എങ്കിലുമവരുടെ കുടുംബങ്ങൾ
വിജയികളുടെ 'കിരിബത്തി'ൽ പങ്കുചേർന്നു. ■

രത്നങ്ങളുടെ കഥ

പോലീസ് സ്റ്റേഷനിലെ ഒരു ഏമാനൻ
കിരിവാസ്തുവയുടെ കഥ കുറിച്ചെടുത്തു:

ദൈവത്തിന്റെ, ഭൂമി-
യുഴുതുമറിയ്ക്കവേ, അവനൊരു
രത്നം കിട്ടി.
ഇതു തന്റെ 'വിയർപ്പിന്റെ വില'യെ-
ന്നോതിയവൻ
ഭൂമീദേവൻ ഭൈരവന്
പൂജയും നടത്തി.

എന്നാൽ
ശരിയായ 'പൂജ'കൾ മറ്റു ചിലർക്കു
ചെയ്യാഞ്ഞതിന്
ആ രത്നം തിരികെ നൽകുവാ-
നേമാനൻ കല്പിച്ചു.

'83ലെ മറ്റൊരു സംഭവം

മരിച്ചവരെ കുഴിച്ചിടൽ നമുക്കെന്നും
ഒരു കലയായിരുന്നു.
(മനസ്സിനെ നിയന്ത്രിക്കാൻ
മനശ്ശാസ്ത്രജ്ഞർ നമ്മെ പഠിപ്പിച്ചിട്ടുമുണ്ട്)
അതുകൊണ്ട്,
ഇതൊരു വലിയ കാര്യ-
മെന്നെനിക്കു തോന്നിയുമില്ല.
ഞാൻ വികാരാധീനനായി വീണില്ല.
നിങ്ങളെപ്പോലെ
വികാരങ്ങൾ പ്രകടിപ്പിക്കുവാ-
നെനിക്കും മടിതന്നെ.

എന്റെ ദിനചര്യകളെല്ലാം പതിവുപോലെ.
"മറക്കൂ!" എന്ന സർക്കാരിന്നുത്തരവ്
താഴ്മയോടെ അനുസരിക്കുന്നു ഞാൻ.

മറക്കുവാനുള്ള എന്റെ കഴിവ്-
അത് അപാരം തന്നെ.
അതിൽ
ആർക്കും തർക്കമില്ല.
ഞാനോർക്കുന്നു:
അവർ, ഒരു വലിയ ആൾക്കൂട്ടം,
ആ വണ്ടി തടഞ്ഞത്.
അതിൽ നാലുപേരുണ്ടായിരുന്നു.
ഒരു പെൺകുട്ടി, പിന്നെ
നാലഞ്ചു വയസ്സുള്ള ഒരാൺകുട്ടി,
അവരുടെ അച്ഛനും അമ്മയും.

എല്ലാ വണ്ടികളുമവർ തടഞ്ഞു,
ഒരേ രീതിയിൽത്തന്നെ:

രണ്ടുമൂന്നു ചോദ്യങ്ങൾ, സൗഹൃദപൂർവം-
പിന്നെ 'പെട്രോൾവർഷ'വും
അതിലൊരാൾ വാതിൽതുറന്ന്
ആ പിഞ്ചോമനകളെ പുറത്തേയ്ക്കിട്ടു.
അമ്മയുമച്ഛനുമടുത്തില്ലാതെ
അവർ കരഞ്ഞുവിളിച്ചു.

കുഞ്ഞുമനസ്സിലെ
വലിയ വികാരങ്ങളെപ്പോലും
ചിലപ്പോൾ ഗൗനിക്കരുതല്ലോ;
ഒരാൾ തീപ്പെട്ടിയുരച്ചു, പിന്നെ-
യതൊരു ജ്വാലയായ്പ്പടർന്നു.

എന്നിട്ടവർ സംസാരിച്ചുനിന്നു.
വിഷയങ്ങൾ പലതായിരുന്നു.
അകത്തുകിടന്ന് രണ്ടാത്മാക്കൾ
പിടഞ്ഞു.

സമാധാനകാംക്ഷികൾ പലരും
ഓരം പിടിച്ചു നടന്നുനീങ്ങി,
ഒരു ചെറുജാഥപോലെ...

പൊടുന്നനെയച്ഛൻ
ഒരു തീഗോളമായ് പുറത്തുവന്നു,
രണ്ടു കുരുന്നുകളേയുമെടുത്തു
വീണ്ടുമകത്തു കയറി,
എല്ലാം തീരുമാനിച്ചുറച്ചപോലെ.
ഞാനതു കേട്ടു.
വാതിൽ കൊട്ടിയടയ്ക്കുന്ന ശബ്ദം.

ആ വണ്ടിയിപ്പോഴും
വഴിയോരത്തുണ്ട്.
കോർപ്പറേഷൻകാർ അതു
നീക്കുമായിരിക്കും, അടുത്തുതന്നെ.

എന്തൊക്കെപ്പറഞ്ഞാലും
നഗരം ശുചിയായിരിക്കണമല്ലോ.

അയൽക്കാർ

അവർ–
അറുമുഖം, ഷൺമുഖം, സിൽവ–
അത്ര നല്ല അയൽക്കാരല്ലായിരുന്നു.
നല്ല അയൽക്കാ–
രെന്നൊന്നില്ലല്ലൊ.
പണമേറുന്തോറും, നാം
അയൽക്കാരല്ലാതാകുന്നു.

ഒന്നു പറയണമല്ലൊ,
അടുത്ത ഗ്രാമക്കാരെയപേക്ഷിച്ച്
ഇവർ ഭേദമായിരുന്നു.
പിന്നെ ഇവിടെ
ബോഗൻവില്ലയും അന്തൂറിയവും
ഉയർന്ന മതിൽക്കെട്ടും
അൽസേഷ്യനും കോക്കർ സ്പാനിയലും
ഉണ്ടെന്ന വ്യത്യാസം മാത്രം.

വെറും എട്ടുവർഷം മുമ്പ്
ഇതൊരു വനമായിരുന്നു.
പ്രേതങ്ങളും പാമ്പുകളും
ഇവിടെ യഥേഷ്ടം വിഹരിച്ചിരുന്നു.

ഇന്ന്
മുദ്രപത്രത്തിനുപോലും തികയാത്ത
വിലയ്ക്കാണതു വിറ്റത്.
പിന്നെ പണയബാങ്കുകളിലേയ്ക്കുള്ള
തിരക്കായിരുന്നു...

അവിടെ നാലു മാളികകൾ വേഗമുയർന്നു.
അറുമുഖം വീടു വച്ചതങ്ങനെയാണ്.
ഓരോ ഭാഗമായി, പയ്യെപ്പയ്യെ
അയാൾതന്നെയതു പണിതു.

പിന്നെയൊരുനാൾ ഒരു കൂട്ടരെത്തി
ആ വീടുകൾ കത്തിച്ചു.
കയ്യിൽക്കിട്ടിയതെല്ലാം കൊണ്ടുപോയി.

മൂന്നുമാസങ്ങൾക്കുള്ളിൽ
ആ വനം തിരിച്ചെത്തി. അങ്ങനെ
സിൽവാ കുടുംബക്കാർ രാത്രി
നേരത്തേയുറങ്ങിയും തുടങ്ങി.

ഒരു വാർത്ത

(സിംഹളയിൽനിന്നും പരിഭാഷ)

ഇന്നലെ
കടൽ പ്രക്ഷുബ്ധമായിരുന്നു.
ഇടി, മിന്നൽ, പേമാരി
തലസ്ഥാനത്തോ
സർക്കാർ നിലംപരിശായി.

തകർന്നുപോയ സർക്കാരുകളെ
പരിപാലിച്ചു സംരക്ഷിച്ച ഇവരോ,
കൊളുത്തിലായ മീനിനെപ്പോലെ
കുടഞ്ഞു കുതറി പോരാട്ടം തുടർന്നു.
പിന്നെ തളർന്ന്
പിടച്ചിൽ നിർത്തി.

തലസ്ഥാനത്തു പോയ ഒരാൾ
പറഞ്ഞതാണിത്. ■

നീതി നിറഞ്ഞ സമൂഹം

നിങ്ങൾ കെട്ടിടങ്ങൾക്കു തീവച്ച്
എന്നെ തടങ്കലിലാക്കി.
അവരുടെ കുഞ്ഞുങ്ങളെക്കൊന്ന്
എന്നെ ക്രൂരനെന്നു മുദ്രകുത്തി.
നിങ്ങൾ പകൽക്കൊള്ളയും കൊലയും നടത്തി
എന്നെ രക്തദാഹിയെന്നു വിളിച്ചു.
എന്റെ അയൽക്കാരനെ അഭയാർത്ഥിയാക്കി
എന്നെ അതിനുത്തരവാദിയാക്കി.
അയാളെ തടവിലാക്കിക്കൊന്ന്
എന്നെ ദുഷ്ടനെന്നു താറടിച്ചു.
നിങ്ങൾ തെമ്മാടികളെ സ്നേഹിച്ചപ്പോൾ
ഞാൻ സ്നേഹിച്ചതവരുടെ
ഇരകളെ.
എന്നിട്ടും ഞാൻ കുറ്റവാളിയായി.

ഞാൻ കരഞ്ഞിരുന്നു,
എന്റെ ബാല്യകാലസുഹൃത്തിനുവേണ്ടി
എന്റെ അയൽക്കാരനും ചങ്ങാതിക്കും
അദ്ധ്യാപകനും സഹപ്രവർത്തകനു-
മൊക്കെ വേണ്ടി.
അവൻ
ഒളിവിൽ പോയപ്പോൾ, നാടുവിട്ടപ്പോൾ,
മരിച്ചപ്പോൾ - ഞാൻ,
അവന്റെ കൈ പിടിച്ചു കരഞ്ഞ
ഞാൻ
നിങ്ങളുടെ അപമാനങ്ങളേറ്റുവാങ്ങി.

നിഷ്കളങ്കരെ അപമാനിക്കുന്നതിനെ
നിങ്ങൾ 'സമാധാന'മെന്ന
ഓമനപ്പേര് നല്കി.

കുറ്റവാളിയെ സംരക്ഷിക്കുന്നതിനെ
നിങ്ങൾ 'സ്ഥിരത'യെന്നു വിളിച്ചു.
വാർത്തകളൊളിക്കുന്നതിനെ
നിങ്ങൾ 'സത്യ'മെന്നു പേരിട്ടു.

നടുപിളർന്നു പിടയുന്ന ഒരു
നാടായി
ഞങ്ങൾ,
രാഷ്ട്രങ്ങളുടെ കണ്ണിൽ.

നിങ്ങൾക്കു സുഖമായുറങ്ങാം,
എനിക്കതു പറ്റില്ലല്ലൊ.
നിങ്ങൾക്കു മൃഷ്ടാന്നഭോജനമാകാം
എനിക്കു
വിശക്കുന്നേയില്ല.
നിങ്ങൾ ജയിച്ചെന്നു തോന്നാം
എന്നാൽ
പരാജയത്തിന്റെ, മുറിവുകൾ
എന്നിലെന്നുമുണ്ടാകും.
പിന്നെ
ഈ അപമാനത്തിന്റെ
കുറെയോർമ്മകളും...

ശ്മശാനം

കൈകോർത്തുപിടിച്ച്
പാടി കളിക്കേണ്ടതാണിവർ.
ഇവിടെ, കണ്ണുകൾ മൂടിക്കെട്ടി,
തലയോട്ടിയിൽ
ബുള്ളറ്റുകൾ തുളഞ്ഞുകയറി
കൈകൾ പിന്നിൽക്കെട്ടി
സ്കൂൾയൂണിഫോമുകളിൽ
ചോരക്കറയുമായി
അവർ കിടക്കുന്നു.

ഒരു കുഞ്ഞു ജനിക്കുമ്പോൾ
മാത്രമറിയുന്ന
കുഞ്ഞുപുഞ്ചിരിയുടെ മഹത്ത്വം.
ആരു ചെയ്തു
ഈ ദാരുണകൃത്യം...

അല്ല,
ഇത് ഒരാളുടെമാത്രം ക്രൂരതയല്ല.
ഒരാൾ തീരുമാനിച്ചു.
ഒരാൾ വണ്ടിയോടിച്ചു.
ഒരാൾ കണ്ണുകെട്ടി.
ഒരാൾ നിറയൊഴിച്ചു.
ഒരാൾ കുഴികുത്തി.
ഒരാൾ അതു മൂടി.
ഒരാൾ എല്ലാം രഹസ്യമാക്കിവച്ചു.

ഹാ! മഹദ്സംസ്കാരം!
മഹദ് പാരമ്പര്യം!
സന്ന്യാസിമാരും പുരോഹിതരും
ധ്യാനിച്ചും പ്രാർത്ഥിച്ചും

ഉദ്ഘോഷിക്കുന്നു:
"ഏഷ്യയുടെ ആത്മീയപാരമ്പര്യം
തൊട്ടറിയൂ!"
ഇവിടെയുള്ളത് ഈ ശ്മശാനം മാത്രം.

നിർവാണത്തിനോ ഉൾവെളിച്ചത്തിനോ
എന്തിനുമായിക്കൊള്ളട്ടെ ഈ പുലമ്പൽ.
നിങ്ങളെങ്ങനെ
ഇതു കണ്ടില്ലെന്നു നടിക്കുന്നു? എങ്ങനെ
കൊലയാളിക്കു
സ്മാരകം തീർക്കാനാകുന്നു?

ഹാ, നമ്മളൊക്കെയെന്നേ മരിച്ചു,
എന്നേ, എന്നേ മരിച്ചു!
കുഞ്ഞുങ്ങളെക്കൊന്ന്, അതു മറന്ന്
ഇങ്ങനെയിങ്ങനെ പുലമ്പിക്കൊണ്ട്... ■

ആമയും തത്ത്വചിന്തകനും

ആമ: അവർ പറയുന്നതു കേൾക്കൂ,
ഞങ്ങൾക്കു വംശനാശം സംഭവിക്കുമെന്ന്!
നുണയൻമാർ... വിടൻമാർ... എസ്കേപ്പിസ്റ്റുകൾ.
(ഇനി വേണമെങ്കിൽ ഒരു വാക്കുകൂടി - ഭീരുക്കൾ)

തത്ത്വചിന്തകൻ: മരത്തലയാ,
നിനക്കു ഭയമില്ലേ?
ഭീതിയെന്താണെന്നും
അധികാരത്തിന്റെ കരുത്തെന്തെന്നും
നിനക്കറിയില്ലേ?

ആമ: എല്ലാം വെറുതെയാണെന്നേ.
എനിക്കു സമയമില്ല.
(നിങ്ങളോടു സംസാരിച്ചാൽ നേരംപാഴാകും)
ജീവിക്കുകയെന്നത് ഒരു പ്രശ്നമേയല്ല.

തത്ത്വചിന്തകൻ: നിനക്കു സമനില തെറ്റിയോ?
അല്ലെങ്കിൽ
നിനക്കു മനസ്സുതന്നെയില്ലായിരിക്കും.
ബോംബുകൾ,
സംഹാരരുദ്രമായ സാങ്കേതികത...

ആമ: ഓ, പുതിയ കളിപ്പാട്ടങ്ങൾ,
പുതിയ വിനോദങ്ങൾ.
അത്രതന്നെ.
നിങ്ങൾ ചെറുപ്പത്തിൽ പൂമ്പാറ്റയെ-
ക്കൊന്നതുപോലെ. ഇപ്പോൾ
ഒന്നിച്ച് ഒരു കോടിയെ, അല്ലെങ്കിൽ
ഓരോരുത്തരെ, ഇല്ലാതാക്കുന്നു.

തത്ത്വചിന്തകൻ: അപ്പോൾ
നമ്മുടെ നാശത്തിനു
നേരമായെന്നർത്ഥം!

എല്ലാം നശിക്കും,
ഒന്നും ഒന്നും അവശേഷിക്കാതെ.

ആമ: ശരി, സ്വയം സഹതപിക്കുവാ-
നിഷ്ടമാണെങ്കിൽ
അതു ചെയ്തോളൂ.
ജീവിക്കുക എന്നത് ഒരിക്കലും
–ഇപ്പോഴും
എനിക്കു പ്രശ്നമല്ല. വംശനാശം
ഞങ്ങളുടെ അജണ്ടയിൽ
ഉണ്ടായിരുന്നേയില്ല.
നിങ്ങൾക്കു മനസ്സിലായില്ലേ? എങ്കിൽ
ഞാൻ പറയാം.
ഒരുത്തനെ ബോംബിട്ടു കൊന്നാൽ
നിങ്ങൾക്കതിനു വിലയില്ല.
അതയാളുടെ യോഗമെന്നോ,
വിധിയുടെ വിളയാട്ടമെന്നോ
ഒക്കെയാവും വ്യാഖ്യാനങ്ങൾ.

പക്ഷേ
അതൊരു കൂട്ടക്കുരുതിയാണെങ്കിലോ?
നിങ്ങളെല്ലാം സടകുടഞ്ഞെഴുന്നേല്ക്കും,
വാചാലരാകും.
''ഇതു നമ്മുടെ നാശത്തിന്റെ തുടക്ക''-
മാണെന്നു പ്രവചിക്കും.

ഒരുത്തന്റേയും വേദന
നിങ്ങളെ വേദനിപ്പിക്കുന്നില്ല.
എല്ലാവരും സ്വയം അനുഭവിച്ചു മരിക്കുന്നു.
അതൊരു കൂട്ടമരണമായാലോ?
നാശമല്ല, അതു
'വംശനാശ'മാകും!
മറ്റൊരുവന്റെ വേദനയറിയാത്ത
നിങ്ങൾ
ഈ പദം കൊണ്ടെന്താ-
ണർത്ഥമാക്കുന്നത്?

ക്ഷമിക്കണം സാർ,
നിങ്ങളുടെ വർഗ്ഗത്തോടുള്ള
പരമപുച്ഛമാണ്
എന്നെക്കൊണ്ടിത്രയും പറയിച്ചത്.

തത്ത്വചിന്തകൻ: പറയൂ, പറയൂ.
ഞാൻ കേൾക്കുന്നുണ്ട്.

ആമ: മതി.
എന്റെ പരുഷമായ വാക്കുകൾക്കു മാപ്പ്.
പക്ഷേ നിങ്ങളുടെയവസ്ഥയതിലും
കഷ്ടമാണ്.
കണ്ണടച്ച്,
സ്വയം പരിതപിച്ച്
നിങ്ങൾ 'വംശനാശ'ത്തെ
സ്വപ്നം കാണുന്നു.

തത്ത്വചിന്തകൻ: ഇനിയും പറയൂ,
നിങ്ങൾക്കെല്ലാമറിയാമല്ലോ!
എന്നാൽ
അധികാരമോഹമല്ലേ
ഇതിനൊക്കെയാധാരം?
സാങ്കേതികതയുടെ സാധ്യതകളെല്ലാ-
മധികാരിവർഗ്ഗത്തിന്റെ കയ്യിൽ വന്നാൽ
നാശം മാത്രമല്ലേ ഫലം?

ആമ: അധികാരം ഒന്നും നശിപ്പിക്കുന്നില്ല.
ഭയമാണു നാശം.
വേദന പങ്കിടുവാൻ ഭയന്ന-
തിനാലത്രേ നിങ്ങൾ വേർപിരിഞ്ഞുപോയ്.
വേദനയകറ്റാനും ഭയം; മറ്റൊരുവന്റെ
വേദന കണ്ടില്ലെന്നു വയ്ക്കാൻ
നിങ്ങൾക്കു കാരണങ്ങളായിരം!
ഇതോ സഹോദരാ
മനുഷ്യത്വം?
ഇപ്പറഞ്ഞതില്ലെങ്കിൽ
നിങ്ങളൊക്കെ പുഴുവിനെപ്പോൽ,
പഴുത്തളിഞ്ഞു മരിക്കുന്നു.

എന്നാൽ ഞങ്ങളുടെ
നിലനില്പിന്റെ കഥ
മറ്റൊന്നാണ്.
അതു ജന്മവാസന.
നിങ്ങളും
ഞങ്ങളെപ്പോലെ നിലനില്ക്കും.
എന്നാൽ,
വേദനകൾ പങ്കുവയ്ക്കാതെ പോയാൽ
നാശമാണ്, തീർച്ച.
ഒരു രക്ഷകനോ, പാർട്ടിയോ, ഗ്രൂപ്പോ
ഇതിനെ മാറ്റുകയില്ല.
പെട്ടെന്നൊരു മാറ്റ-
മെന്നതു വെറും മിഥ്യ.
എന്നിട്ടും
'നിലനില്ക്കാ'ൻ നിങ്ങൾ നിർബന്ധിതരാണ്.
നിലനില്ക്കൂ! നിലനില്ക്കൂ!

തത്ത്വചിന്തകൻ: ദൈവമേ! എന്റെ ദൈവമേ! ■

വഴിയോരത്ത്

(സിംഹളയിൽനിന്നും പരിഭാഷ)

പേരു വയ്ക്കാത്ത
ഈ റീത്ത് - ഇതു നിനക്കാണ്;
ഒരു ശ്മശാനം പോലു-
മില്ലാത്ത നിനക്ക്.

നിന്നെപ്പൊതിഞ്ഞിരിക്കുന്ന ഭൂമി-
യെവിടെയാണ്? എനിക്കറിയില്ല.
ഞാനിത് ഇവിടെ വയ്ക്കുന്നു,
ഈ വഴിയോരത്ത്.

മാപ്പ്.
നിന്റെ സ്മാരകം
ഈ വഴിയോരത്തു വച്ചതിന്
മാപ്പ്.

സമാധാനം

''ഇവനെയൊക്കെപ്പോലുള്ളവരെ
ശ്രദ്ധിക്കരുതെന്ന് അമ്മ-
യെപ്പോഴും പറയാറുണ്ട്.''
അവളുടെ കലിക്ക്
അതിരില്ലായിരുന്നു.
അവൾ, ഒരു ഇരുപത്തിനാലുകാരി.
സ്വീഡിഷ് - ജോർഡേനിയൻ സങ്കരം;
ഏതെങ്കിലും ചൈനീസ് മലമുകളിലെ
സുഖവാസകേന്ദ്രത്തിൽ, ഒരു
തണുത്ത രാത്രിയിൽ
ഉടലെടുത്തതാവാം...
ഇന്നവളുടെ വാക്കുകൾക്കു
ബോംബിന്റെ രൂക്ഷഗന്ധം.

സ്ഥലം കംബോഡിയയിലെ ബട്ടംബാംഗ്.
സമാധാനസേന ഒരു
തായ് ഹോട്ടലിൽ, പല വംശജ-
രൊത്തുകൂടുന്ന വേദിയാണിത്.
ദൗത്യത്തിന്റെ അനാവശ്യകതയെ
മുഖ്യവിഷയമാക്കി
ബിയർ കുടിച്ചുതീർക്കുന്നു ഇവർ.

അവൾ ക്ഷുഭിതയാണ്.
ഒരു ജനറൽ ആണ് ലക്ഷ്യം.
"അഴിമതിക്കാരൻ - കൊലയാളി-
റേപ്പിസ്റ്റ്!" വാക്കുകളിൽ വിഷം.
ഇറ്റലിക്കാരനായ
യു.എൻ. സൂപ്പർവൈസർ
അവൾക്കു
"വാലാട്ടി, ഭീരു,
കാമ്പില്ലാത്ത വെറും നിഴൽ." ■

നോം പെൻ

ജനറേറ്ററുകളുടെ സംഗീതവും
കുറെ വേശ്യകളും.
ഒരു രാഷ്ട്രീയ പ്രതിസന്ധിയുടെ
മടുപ്പിക്കുന്ന മണം;
തായ് അഭയാർത്ഥികൾ
എത്തിയിരിക്കുന്നു, അവർ
പറഞ്ഞു.

ലങ്കയിൽ 'വാട്ട്' സന്ന്യാസിമാർ
ശവശരീരങ്ങൾക്കു മുന്നിൽ
കൂദാശകളർപ്പിക്കുന്നു.
എല്ലാവർക്കും ഒരേയളവിൽ
അനുഗ്രഹങ്ങൾ ചൊരിയുന്നു.

സ്വാതന്ത്ര്യസ്മാരകത്തിനു മുന്നിൽ
ചന്ദ്രനേയും നോക്കി കുറെ
സൈനികർ.
മദ്യപിച്ചു മടങ്ങുന്ന കുറെ
വിദേശികളും വിജനമായ
വീഥികളും മാത്രം മുന്നിൽ.

"ഖ്മെർ റൂഷ് ഒരു താൽക്കാലിക
സർക്കാർ രൂപീകരിച്ചു"-
ബി ബി സിയിലൂടെ-
യൊരു വാർത്ത വരുന്നു.

പത്തു പക്ഷികൾ

ആ ചീനക്കൂടുകളിൽ
അവർ പത്തുപേരുണ്ടായിരുന്നു.
"ക്വീ ക്വീ ക്വീ"യെന്നു പാടിയ-
തവരിലേതെന്നറിയില്ല.

ചിലർ ചിന്തയിലായിരുന്നു.
ഒരുത്തൻ മാത്രം തുള്ളിച്ചാടിനടന്നു.
രണ്ടു വലിയവരിലൊരാൾ
ചിറകു ചൊറിഞ്ഞിരുന്നു.
ക്വീ ക്വീ ക്വീ.
പകലിൻ മൗനത്തെ ഭഞ്ജിച്ച
ആ ശബ്ദത്തിൽ
ഉദ്വേഗത്തിന്റെ നിഴൽ.

ടൂറിസ്റ്റുകൾ അവരുടെ
കാപ്പിക്കോപ്പകളിൽനിന്നും,
പത്രങ്ങളിൽനിന്നും
കണ്ണുകളുയർത്തി
കൗതുകപൂർവ്വം ആ കാഴ്ചകൾ കണ്ടു.

നദി കടക്കുമ്പോൾ

എങ്ങനെയക്കരെയെത്തും?
ഞാനാലോചിച്ചുനിന്നു.
വെള്ളം അതിവേഗത്തിൽ
ഒഴുകുകയാണ്.
ഞാൻ കരയിൽനിന്നു നോക്കി.

എന്നും തിരക്കുള്ള
ആ വലിയ മരത്തോണി
യിപ്പോൾ ശക്തി ക്ഷയിച്ചു കിടക്കുന്നു.
തോണിക്കാരന്റെ ശക്തിയൊന്നും
പോരാത്തപോലെ.

എങ്ങനെയക്കരെയെത്തും?
ഞാനാലോചിച്ചു നിന്നു.
പിന്നെയോർത്തു: "ഇവിടെ നിന്നും
നാടുകടത്തപ്പെട്ടവരും
ഇതുതന്നെയാവും ചിന്തിക്കുന്നത്."

വാത്തുകൾ

"മാമാ, ഇതിനെയൊന്നു പിടിക്കൂ,"
പന്ത്രണ്ടുവയസ്സുകാരന്റെയഭ്യർത്ഥന.

അതൊരു കറുത്ത പക്ഷിയായിരുന്നു.
അതിനെ വെറുതെ വിടുന്നതല്ലേ ഭേദം?
"അതിനു വെള്ളം വേണം.
ഇവിടെ കനാലുണ്ടല്ലോ," അവൻ പറഞ്ഞു.
പക്ഷിയുടെ കണ്ണുകൾ വിചിത്രങ്ങളായിരുന്നു.
വാത്സല്യം ചോദിക്കുംപോലെ.

പക്ഷിയെ പെട്ടിയിലാക്കി
വീട്ടിലെത്തി.
ബന്ധുക്കൾ, മിത്രങ്ങൾ
ഞൊടിയിടയിൽ കൂട്ടംകൂടി.
"ഇതെന്തിനമാണ്?"
ആർക്കുമറിയില്ല.
എന്റെയച്ഛൻ, എൺപതുകാരൻ,
അതിനു തീറ്റയന്വേഷിച്ചുനടന്നു.
അച്ഛൻ അങ്ങനെയാണ്.
വിരുന്നുകാരോടും, പുതുമുഖങ്ങളോടുമൊക്കെ.

"അതിനു കുറച്ചു പുഴുക്കളെക്കൊടുക്കൂ"–
വേറൊരു വിദ്വാൻ.
ഒരാൾ വെള്ളംകൊടുത്തു, പക്ഷേ
പക്ഷിയ്ക്കതൊന്നും വേണ്ട.
"പാവം, അതിനെയൊന്നു
വെറുതെ വിടൂ,"
ഒരു വല്യമ്മ പറഞ്ഞു.
കുറച്ചുനേരം എല്ലാവരു–
മവിടെ നിന്നു, പിന്നെ
എല്ലാവരും വീട്ടിൽപ്പോയുറങ്ങി.

പിറ്റേ ദിവസവു-
മതു പട്ടിണികിടന്നു.
"ഇതൊരു ഇന്ത്യൻ വാത്താണ്,"
ഒരു വഴിപോക്കന്റെ നിഗമനം.
പിന്നീടാണ് അവൻ വന്നത്-
പാടത്തെ ഒരു പയ്യൻ.
പക്ഷിമനശ്ശാസ്ത്രജ്ഞൻ.
"അതിനു വേണ്ടതൊരിണയെയാണ്."
അവനുറപ്പ്.
വാർത്തയെങ്ങും പരന്നു;
വെളുത്ത ഒരാൺപക്ഷിയേയും കൊ-
ണ്ടൊരുത്തൻ ഓടിയെത്തി.

ശരിയാണ്!
കറുത്തവൾ തീറ്റയെടുത്തു.
വെളുത്തവൻ പറന്നുംപോയ്.
ചെറുപ്പക്കാരികൾ തമ്മിൽ നോക്കി-
നാണത്തോടെ.

"അതൊരു സത്യമല്ലേ?" അവരുടെ
കണ്ണുകൾ പറഞ്ഞു.

ഒരു നാൾ കറുത്തവൾ
മുട്ടയിട്ടു. അതിൽ അടയിരുന്നു.
വെളുത്തവനെയവൾ തുരത്തിയോടിച്ചു.
അവൻ കോപത്താൽ - ദുഃഖത്താലും-
മറ്റു പക്ഷികളെയാക്രമിച്ചു,
ഒരു മദ്യപാനിയെപ്പോലെ.

അങ്ങനെയങ്ങനെയൊരു ദിവസം
ഒരു കുഞ്ഞുപക്ഷി, കറുത്തവൾ,
പുറത്തു വന്നു. അമ്മപ്പക്ഷി
ശ്രദ്ധയോടെ നോക്കി.
വെളുത്തവൻ അകലംകാത്തു.
പിന്നീടവനെ കാണാതായി.

മാസങ്ങൾ കഴിഞ്ഞു. തള്ളയും കുഞ്ഞു-
മെന്നും ഒന്നിച്ചായിരുന്നു.
ചെറുക്കൻമാരതിനെ കല്ലെറിഞ്ഞു.

കുഞ്ഞുപക്ഷിക്കു ഞങ്ങൾ
പാത്രത്തിൽ വെള്ളം നിറച്ചുവച്ചു.
തള്ളയതിനെ മെല്ലെ മെല്ലെ
വെള്ളത്തിലേയ്ക്കെത്തിച്ചു. പിന്നെ
പെട്ടെന്നവൾ പറന്നു
വെള്ളത്തിൽ നീന്തിത്തുടിച്ചു.

കുട്ടികൾ ചുറ്റുംകൂടി കയ്യടിച്ചു;
സ്ത്രീകളും.
"അതെപ്പോഴും അങ്ങനെയാ"
അവരുടെ കണ്ണുകൾ പറഞ്ഞു.

നാലാം വയസ്സിൽ വീണ്ടും

മണമില്ലാപ്പൂക്കൾ നിറഞ്ഞ
ചെറിയ ചെടികൾക്കിടയിലൂടെയും,
അവനെക്കാളെത്രയോ മടങ്ങു-
യരത്തിലുള്ള
തെങ്ങുകൾക്കിടയിലൂടെയും
പൂമ്പാറ്റകളെപ്പിടിക്കാ-
നവനോടുന്നു.

ചിലതു അവനെ കാത്തിരിക്കും,
നിഷ്കളങ്കരായ്
മറ്റു ചിലത് പറന്നൊളിക്കും.
എന്തു ഭംഗിയാ-
ണവയെക്കാണാൻ!
പിടിച്ചാലോ,
അവ കരയില്ല,
കടിക്കില്ല,
ഒന്നു കുതറിമാറുകപോലുമില്ല.

പൂക്കളെപ്പോലവ
പൊഴിയുന്നു.
പൂമ്പാറ്റയും പൂക്കളും ഒരുപോലെ.
ഒരുപോലെയല്ല - ഒന്നുതന്നെ.
അവർ പറക്കുന്ന പൂക്കളാണ്.
മതിയാകുമ്പോൾ
നാമവയെ ഞെരിക്കുന്നു,
പൂക്കളെയെന്നപോലെ.

നമുക്കു തൃപ്തിയാവില്ലേ?
ഉവ്വ്.
അവയുടെ സൗന്ദര്യം
നമ്മുടെ കൈകളിൽ

ഞെരിഞ്ഞമരുമ്പോൾ
നാം തൃപ്തരാകുന്നു.

സൗന്ദര്യത്തെ കൊല്ലുന്ന നാമൊക്കെ
വലിയവർ!
അമ്മ നട്ടുവളർത്തിയൊരു
റോസാപ്പൂവിനേയും
തുടുതുടുത്തൊരു തുമ്പിയേയും
കൈയിലമർത്തി കൊല്ലുന്ന ബാലൻ
എന്താ, വലിയവനല്ലേ?

എല്ലാ സുന്ദരവസ്തുക്കളേയും നശിപ്പിക്കേണ്ടതാണ്.
അതു നമ്മുടെ അവകാശമാണ്.
ചെറിയ മനുഷ്യർപോലു-
മതു ചെയ്യുന്നു.
ഈ ഞാൻ പോലും!

കൊലകൾ നടത്തിയ വയലുകൾ
വലുതാണ്.
അവിടെ നിങ്ങൾ തനിച്ചാണ്.
എല്ലാവരുമുണ്ടെങ്കിലും
തികച്ചും തനിച്ച്.
വലിപ്പങ്ങളിലെല്ലാം ദുഃഖം ഒളിച്ചിരിപ്പുണ്ട്.
നിങ്ങളുമതിൽ
അലിഞ്ഞുചേരുന്നു. ആ
ദുഃഖത്തിൽ, തനിച്ച്.

എങ്കിലും നിങ്ങൾ ഇവിടുത്തെ
രാജാവാണ്.
ഈ വയലിന്റെ മുഴുവൻ
അധിപൻ.
നിങ്ങൾ ചുറ്റും നോക്കുന്നു,
ദുഃഖത്തോടെ.
രാജകീയ ദുഃഖത്തോടെ.
പാവം, ഏകനായൊരു
രാജാവ്!

അവർ കിടന്നയിടം

(സമർപ്പണം - 1999ലെ ദക്ഷിണ കൊറിയയിലെ
ക്വാംഗ്യുവിലെ 5.18 സ്മാരകത്തിന്)

എല്ലാ വസ്തുക്കളും
ഒടുവിൽ നശിക്കുന്നുവെന്നത്
എത്രയും സത്യമായ സത്യം.

ടാങ്കുകളും തോക്കുകളും
നശിക്കും - ഈ
ശരീരങ്ങളെപ്പോലെത്തന്നെ.
പിന്നെയീ ശ്മശാന-
മെങ്ങനെയിരിക്കും?
ഈ പുൽക്കൊടികളെല്ലാം
കണ്ണുനീരിന്റെ നനവിൽ വളരും

അതിനുമേൽ കാവലിരിക്കുന്ന
പച്ചക്കുതിരകളും,
എല്ലാ ആധിപത്യത്തേയും
വെല്ലുവിളിക്കുന്ന
ഈ മണ്ണും...

ഉത്സവം

ചൈനയിൽ
ശരത്ക്കാലം വരവായ്.
വലിയ തറവാടുകളിലെ
സംഗമങ്ങളും.

ചന്ദ്രൻ മാത്രം
ഒളിച്ചിരിക്കയാണ്, ആരെയോ
കളിപ്പിക്കാനെന്നപോലെ.

കുട്ടികളുടെ ഉല്ലാസത്തിമർപ്പിൽ
ഭാഷയ്ക്കെന്തു പ്രസക്തി?
ചിരിക്കുന്ന കുട്ടി-
യടുത്ത നിമിഷം
എന്തു ചെയ്യുമെന്നു
പറയാനാവില്ലല്ലൊ.

ദിനചര്യ

കൂട്ടിനകത്തുള്ള പച്ചത്തത്തയുടെ
വലതുകാൽ
കെട്ടിയിരിക്കുന്നു. സാധാരണ
കൂട്ടിലടച്ച കിളികളെ
കെട്ടിയിടാറില്ല.

പക്ഷേ
പച്ചത്തത്ത പലപ്പോഴും
പറന്നുപോകാൻ ശ്രമിച്ചിരുന്നു.
അവൻ തൂങ്ങിക്കിടക്കാറുണ്ട്
അപ്പോഴും
കാൽ കെട്ടിത്തന്നെ.

മറ്റുള്ളവയെല്ലാം
കൂട്ടിനുള്ളിൽ കളിച്ചുനടന്നു.
അവയ്ക്കൊന്നും പറന്നുപോകണ്ട.

സന്ധ്യയായപ്പോൾ
പച്ചത്തത്ത തളർന്നുറങ്ങി.
ചത്തുപോയ പോലെ
തോന്നിപ്പോയ്.

കൂട്ടുകാരെല്ലാം പ്രസരിപ്പോടെ വിലസി,
വൈകിയുറങ്ങി,
നഗരം നിശ്ശബ്ദമായപ്പോൾ.

പച്ചത്തത്ത ക്ഷീണിതനാണ്;
അതിനെയെടുത്തുമാറ്റി,
പിന്നെയതിനെ
കണ്ടതുമില്ല.

കൂട്ടുകാരിപ്പോഴും
കൂട്ടിൽക്കളിക്കുന്നു.
ദിനചര്യകളൊന്നും മുടക്കാതെ.

ചരിത്രം

വെറും പത്തുവർഷം മുമ്പ്
ഇവിടെ
ഒരു വലിയ രഹസ്യത്തെ
കുഴിച്ചുമൂടിയിരുന്നു.
മുന്നൂറു ശരീരങ്ങ-
ളായിരുന്നുവത്.

എല്ലാം മാറുന്നതുപോലെ
സൈന്യങ്ങളും മാറി
ഇപ്പോഴിതു വെറും പാഴ്ഭൂമി.
ഇവിടെ സ്മാരകങ്ങളില്ല-
ഓർമ്മകൾ മാത്രം;
കുറെ മനുഷ്യരുടെ പേടിസ്വപ്നങ്ങളും.

തകർത്തടിച്ച പേമാരിയിൽ-
പ്പൊന്തിയ തലയോട്ടിയും എല്ലുകളുമെടു-
ത്തൊരു ബാലൻ അമ്മാനമാടി.
അങ്ങനെ
പത്രക്കാർ, കോടതികൾ
എല്ലാവരുമായെല്ലുകൾ കണ്ടു.
കഷ്ടം! ആരുമറിഞ്ഞില്ല
ആ വലിയ രഹസ്യം.

വേരുകൾ തേടി

ആരും വേരുകൾതേടി
പ്പോകാറില്ല.
ഏതോ ഋഷി പറഞ്ഞതുപോലെ
യുദ്ധത്തിലൂടെ നാം
'അവിടെ'യെത്തും, പക്ഷേ
നിശ്ചലരായി.

വേരുകൾ എവിടെയാണ്?
നമ്മുടെ നിഴൽ
പാടത്തു വീഴുമ്പോൾ,
നമ്മുടെ മുഖം
തെളിനീരിൽക്കാണുമ്പോൾ

ആ രാത്രികളിൽ,
ആ നിശ്ശബ്ദതയിൽ
നാളെയുടെ വെളുത്ത ആരാലിയാ-
വേരുകൾ വളരുന്നു.

നന്ദി - എല്ലാത്തിനും

പാവപ്പെട്ടവന്റെയനുഗ്രഹത്തിന്
സത്യത്തിന്റെ മധുരമുണ്ട്.
ചതിയും വഞ്ചനയും
കൊണ്ടറിഞ്ഞവർ
മനസ്സറിഞ്ഞനുഗ്രഹിക്കുന്നു.
ലോകത്തിലെ വൈരുദ്ധ്യങ്ങ-
ളോരോന്നും ഗ്രഹിച്ചവർ
കുട്ടികളെയനുഗ്രഹിക്കുന്നു.

മധുരങ്ങളൊന്നും കിട്ടാത്ത
അവരുടെ മനസ്സുനിറയെ-
അതിമധുരം!

സിനിക്കിന്റെയനുഗ്രഹം
ഒരർത്ഥത്തിൽ
ശാപമാണ്; അവനു
മധുരമെന്താണെന്നറിയില്ലല്ലോ.

തെളിനീരിൻ മധുരമറിയുന്ന-
ന്നതവർ മാത്രം.
നാളെയെ വിശ്വസിക്കുക:
അതിൽനിന്നു മാത്രമാണല്ലോ
മധുരമൂറുക.

പ്രവാചകരുടെ വാക്കുകൾ
ആദ്യം കയ്ക്കും, പിന്നെ മധുരിക്കും.
അതു മാത്രമാണോരോ
മർത്ത്യനുമാവശ്യം.

വരൂ, വരൂ, വരൂ - ഈ
ദുഃഖാർത്തലോകത്തിൽ
അവരുടെ ശബ്ദങ്ങൾ
മാറ്റൊലി കൊള്ളട്ടെ!

നീ എന്റെ ചെവിയിൽ മന്ത്രിച്ചത്

നിങ്ങൾ മൗനികൾ,
നിങ്ങളെ 'മനുഷ്യ'രെന്നു വിളിക്കാം.
നിങ്ങൾ എന്റെ മൗനത്തെ ഭഞ്ജിച്ചു.

നിങ്ങൾ അചലർ,
നിങ്ങളെ 'മനുഷ്യ'രെന്നു വിളിക്കാം.
ഞാൻ നിങ്ങളിൽ നിന്നു-
മുടലെടുത്തു.
നിങ്ങളെനിക്കു ചലനശേഷിയേകി.

ഞാൻ മിണ്ടി. ഞാൻ ചലിച്ചു.
വേർപാടിന്റെ വേദന
തൊട്ടറിഞ്ഞു.
ഇപ്പോൾ ഞാൻ നിശ്ശബ്ദനാണ്.
ചലനശേഷിയുമില്ല.

പിന്നെ നീ എന്റെ കാതിൽ മന്ത്രിച്ചു:
എഴുന്നേല്ക്കൂ! നടക്കൂ! നമുക്കു പോകണ്ടേ? അങ്ങനെ
ഞാൻ എഴുന്നേറ്റു.
നിന്റെയും എന്റെയും
ശബ്ദങ്ങൾ
ഞാൻ കേട്ടു.

ഇന്ത്യയോട്

ഞാനൊരു ദേശസ്നേഹിയല്ല.
കാരണം
ഞാനെവിടുത്തെയാണെന്ന്
എനിക്കറിയില്ല.

പക്ഷേ നിന്നെക്കണ്ടപ്പോൾ, അറിഞ്ഞപ്പോൾ
എനിക്കതു മനസ്സിലായി.

ചെറിയ ലോകം ലോകമല്ല
ചെറിയ ജീവിതം ജീവിതമല്ല.
എന്റെ ചിന്തകൾക്ക്
നീ മാത്രം തുണയായി.

എന്റെ ചിന്തയിൽ
ഭൂതമോ, വർത്തമാനമോ ഇല്ല.
ഗാന്ധിയില്ല. നെഹ്റുവില്ല.
സുഭാഷ്ചന്ദ്രബോസുമില്ല!

ആ ചരിത്രമാണ്
നമ്മെ രണ്ടാക്കിയത്.
എനിക്കിപ്പോഴും നോവുന്നു.
ആരെന്റെ മുറിവുകളുണക്കും?
ആരെന്നെ മനസ്സിലാക്കും?

എങ്കിലും ആരോ
എന്നുള്ളിൽ മന്ത്രിക്കുന്നു,
ഒരുമയുടെ നാളുക-
ളടുത്തെത്തിയെന്ന്.

ജനിക്കൂ, ജനിക്കൂ
എന്റെ മാതൃഭൂമീ, നീ!
ഒരുമയുടെയാ സുദിനത്തിൽ
ജന്മമെടുക്കൂ! ■

ആപ്പിൾ പോലത്തെ ബോംബുകൾ

ചിലപ്പോൾ തിരിച്ചറിയാനേ പറ്റില്ല.
വഴിപോക്കർ വൈരികളാണെന്നു
തെറ്റിദ്ധരിച്ച്
നാം യുദ്ധംചെയ്യുന്നു.
ബോംബുകൾ ആപ്പിളാണെന്നു
കരുതി
ഭക്ഷിക്കുന്നു.

ഇതെല്ലാമെന്തിന്?
"ഛേ, വിഡ്ഢിച്ചോദ്യങ്ങൾ ചോദിക്കാതിരിക്കൂ!"
പൊതുജനപ്രതികരണം.

ജങ്ക്ഷണിൽ ഹേമപാലൻ നില്ക്കുന്നു.
ഒരു സാധാരണക്കാരൻ.
വെറ്റിലയും ചവച്ചു റോഡിൽ തുപ്പിയിടുന്ന
ഒരു സാധാരണക്കാരൻ.
"ഞാൻ ജവാനൊന്നുമല്ല. ഞാൻ
ആരേയും കൊല്ലില്ല"യെന്നു പറയുന്ന
പാവം സാധാരണക്കാരൻ.

പിന്നെയാരാണു കൊല്ലുക? കൊല്ലുന്നവരോട്
ആരാണ് പ്രതികാരം ചെയ്യുക?
"ഛേ, വിഡ്ഢിച്ചോദ്യങ്ങൾ ചോദിക്കാതിരിക്കൂ!"
പൊതുജനം പ്രതികരിക്കുന്നു.
എല്ലാവരുമതു ചെയ്യുന്നു. ആരും
പറയുന്നില്ലെന്നു മാത്രം. കാരണം
പാതിരാത്രിയ്ക്കല്ലേ
നാം എല്ലാം കുഴിച്ചുമൂടൂ?
നായ്ക്കൾ ഉണർന്നു കുരയ്ക്കും. പക്ഷേ
അവയ്ക്കൊന്നും ചോദിക്കാനാവില്ലല്ലൊ.

ഇതൊക്കെ നാം കാണുന്ന സ്വപ്നങ്ങളാണ്.
എല്ലാ സ്വപ്നങ്ങളും
നാം
പുറത്തുപറയാറില്ലല്ലൊ.
മൗനം വിദ്വാനു ഭൂഷണം.
അല്ലേ?

ഒരു നൂറ്റാണ്ടു പിന്നിടുന്നു

ഒരു ദുഷിച്ച നൂറ്റാണ്ടിനു
വിട.
നല്ലവർ മരിച്ചുവീണതും
ദുഷ്ടൻമാർ തണ്ടിലേറിനടന്നതു-
മായ ഒരു നൂറ്റാണ്ടിനു
സന്തോഷത്തോടെ വിട.

ഇതിനെയൊന്നും കുറിച്ച്
തത്ത്വജ്ഞാന-
ത്തിനൊന്നും പറയാനില്ലേ?

കുതിച്ചുവരും മരണത്തെ
മണത്തറിഞ്ഞ ചില മനുഷ്യരെ മാത്രം
നമുക്കു നൽകിയ നൂറ്റാണ്ട്.

കള്ളൻമാരുടെ സുവർണ്ണകാലം
തെമ്മാടികളുടെ വിഹാരരംഗം
എന്നൊക്കെയെഴുതാം നമുക്കീ
കാലഘട്ടത്തിന്റെ
ചരമലിഖിതത്തിൽ.

വാക്കിനെ സൂക്ഷിക്കുക

"മിണ്ടിപ്പോകരുത്! ഇനി
മിണ്ടണമെങ്കിൽത്തന്നെ
മറ്റുള്ളവരുടെ വാക്കുകൾ
ഏറ്റുപറഞ്ഞാൽ മതി"
യെന്നാണവർ പഠിപ്പിച്ചത്.

അജ്ഞതയുടെ ആലസ്യത്തിൽ
നമ്മുടെ പാഴ്ജന്മങ്ങൾ
തീരുന്നു. സ്വന്തം വാക്കിന്റെ
രുചിപോലുമറിയാതെ.

"മിണ്ടരുത്! വേണമെങ്കിൽ
മറ്റുള്ളവരുടെ വാക്കുകൾ
ഏറ്റുപറഞ്ഞുകൊള്ളൂ."
ശൂന്യമായ മനസ്സിൽ
മരിച്ച വാക്കുകളെ-
ക്കൊണ്ടൊരു സെമിത്തേരി പണിയുന്നു.

"മിണ്ടിപ്പോകരുത്!"
വീണ്ടും താക്കീതുകൾ.

ഭൂമിയേയും സ്വത്വത്തേയു-
മൊന്നിപ്പിക്കുന്ന ശബ്ദം
ഒരു പുഷ്പംപോലെ വിടരുന്നു.
സ്വന്തം ശബ്ദം നിങ്ങളെ
അസ്വസ്ഥമാക്കുന്നു,
ആനന്ദിപ്പിക്കുന്നു,
ആകുലപ്പെടുത്തുന്നു.

"മിണ്ടരുത്!"
താക്കീതുകൾ തുടരുകയാണ്....

അശോക ചക്രവർത്തിയുമായി ഒരു സംഭാഷണം

ധർമ്മപാലൻ എന്ന പോലീസുകാരൻ
ഒരു സ്വപ്നം കണ്ടു.
അയാളുടെ ഗുരു അടുത്തു
നില്ക്കുന്നു.
"നോക്കൂ ഇതാരാണെന്ന്,
ഇതാണ് അശോകചക്രവർത്തി."

കേട്ടിട്ടുണ്ട്,
ഇങ്ങനെയൊരു രാജാവിനെക്കുറിച്ച്.
സ്കൂളിൽ നിന്നും കിട്ടിയ
അറിവിൻ ഫലമായി
ഒരു ചിത്രവും മനസ്സിലുണ്ട്.
അശോകസ്തൂപങ്ങളെക്കുറിച്ചു-
മെനിക്കറിയാം.

"നിങ്ങളാണോ അശോകൻ?"
ചോദിക്കാനൊരുങ്ങിയതാണ്.
അതിനുമുമ്പുതന്നെ
രാജാവു പുഞ്ചിരിതൂകി.
"നല്ല മനുഷ്യൻ,"
മനസ്സു പറഞ്ഞു.
"എന്താ ഒരു ആകാംക്ഷപോലെ?"
രാജാവിന്റെ ചോദ്യം.
"എങ്ങനെയറിഞ്ഞു?" ധർമ്മപാല-
നതിശയം.

"ഏയ്, സാരമില്ല.
രക്തമാണ് വിഷയം, അല്ലേ?
എനിക്കെല്ലാമറിയാം.

നീ സ്കൂളിൽ പഠിച്ചതെല്ലാം
ശരിയാണ്."

"എങ്കിലും താങ്കൾ വന്നില്ലേ.
അതിനു കോടി നന്ദി."

"ഞാനൊരു ഭാഗ്യവാനാണ്. എനിക്കു
നന്മയുപദേശിക്കാൻ അന്ന്
എത്ര പേരായിരുന്നെന്നോ!"
നീ അറിയേണ്ടതിത്രമാത്രം-
നിങ്ങളാണ് രാജാക്കൻമാരെ
സൃഷ്ടിക്കുന്നത്.
അതിൽ വിജയിച്ചില്ലെങ്കിൽ
അതു നിങ്ങളുടെ വിധി."

രാജാവു ചിരിച്ചു.
എങ്കിലും ആ കണ്ണുകളിൽ
താക്കീതുണ്ടായിരുന്നു.

"ഞാൻ പോകുന്നു.
ഇപ്പോഴും വൈകിയിട്ടില്ല."
അദ്ദേഹം അപ്രത്യക്ഷനായി. ■

ഒരു പുതിയ യുദ്ധം

(അശോകചക്രവർത്തിക്കു സമർപ്പിച്ചത്)

ആത്മാവിനെ തകർക്കുക:
എങ്കിലേ അധികാരം സാധ്യമാകൂ.
അസത്യത്തെ സത്യമാണെന്നു
സ്ഥാപിച്ചെടുക്കുക:
എങ്കിലേ അധികാരം നിലനില്ക്കൂ.
വ്യാഖ്യാനങ്ങളെ മാറ്റിയെഴുതുക:
അതായിരിക്കട്ടെ
അധികാരത്തിന്റെ ലക്ഷ്യം.

ദുർവ്യാഖ്യാനങ്ങളെ
നിഷേധിക്കുക: ഇതു
മാത്രമേ
അധികാരമില്ലാത്തവനു
ചെയ്യാനൊക്കൂ.

അധികാരത്തിനുറവിടം ധനമാ-
ണെന്നാരു പറഞ്ഞു?
അസത്യം സത്യമെന്നു
സ്ഥാപിച്ചുകൊണ്ടു
മാത്രമാണതു നിലനില്ക്കുന്നത്.
സത്യമായ സത്യം
അധികാരത്തിൽ ലയിക്കുമ്പോ-
ളൊരു ചരിത്രമുഹൂർത്തം
ജനിക്കുന്നു.
അശോകന്റെ കാലംപോലെ.

അതല്ലാത്തതൊന്നും
സ്ഥായിയല്ല.
അതിനാധാരം ലോകചരിത്രം.

പക്ഷേ,
ചരിത്രവും കള്ളംപറയുന്നു.

തോറ്റുകൊടുക്കരുതേ!
കാരണമെന്തുതന്നെയാകട്ടെ.
വാക്കും വികാരവുമൊക്കെ നാ-
മെത്ര ലാഘവത്തോടെ
പണയപ്പെടുത്തുന്നു!

ഈ യുദ്ധം
അനുസ്യൂതം തുടരും.
അതാണു ജീവിതം.
അതാണു ചരിത്രം.

വ്യാഖ്യാനങ്ങളെ വെറുക്കുക;
ചെറുതാകലിനെ ചെറുക്കുക; എന്നാൽ
ഭീതിയെ ഭയന്നു നാം
ചെറുതാകലിനെ
സ്നേഹിക്കുന്നു.

എങ്കിലുമൊരഗ്നി
നമ്മിലുണ്ടായേ തീരൂ,
മരണത്തിൻ നിശ്ശബ്ദത-
യതിനെ മൂടും വരെ.

അതും പോരാ: പോകും
മുമ്പുള്ളിലെയഗ്നിയെ
മറ്റൊരാത്മാവിലേക്കു
പകർന്നുകൊടു,ത്തങ്ങനെ
യതിനെ അനശ്വരമാക്കൂ!

ഇതാണു പുനർജന്മത്തിൻ പൊരുൾ. ■

ആനയെക്കൊല്ലി

ആനകളെക്കൊന്നൊടുക്കിയ
ഒരു വെള്ളക്കാരന്റെ കഥ
ഞാൻ കേട്ടിട്ടുണ്ട്.

അയാൾക്കവയുടെ
എണ്ണമെടുക്കാ-
നൊത്തിരിയിഷ്ടമായിരുന്നത്രേ;
മുയലുകളെയെന്നപോ-
ലാനകളെ നൂറുകണക്കിനു
വീഴ്ത്തിയ കഥകളുണ്ടായിരു-
ന്നയാളുടെ പക്കൽ.

ഒരു വെടിയുണ്ടകൊണ്ട്
ഒന്നല്ല, രണ്ടാനകളെ
കൊല്ലാമെന്നയാൾ.
അങ്ങനെ
ബുള്ളറ്റുകളും ലാഭിക്കാം.
രാജ്യങ്ങൾക്കാവശ്യം
ഇവരെപ്പോലുള്ളവരെയാണല്ലോ.

ഇടിമിന്നലേറ്റാണയാൾ
മരിച്ചതെന്നു നാട്ടുകാർ
പ്രകൃതിയുടെ
പ്രതികാരമായിരിക്കാം.

അയാളുടെ സ്വത്തുക്കൾ മുഴുവൻ
മക്കളാസ്വദിക്കുന്നു; അവർ-
ക്കിതൊന്നുമറിയാൻ
നേരമേയില്ല.

വേട്ടക്കാർക്കിന്നും ആ
ബ്രിട്ടീഷുകാരന്റെയുന്നം
ഒരു ഹരമായ് തുടരുന്നു.

അനൂ, നിനക്കു പേടിയുണ്ടോ?

“അനൂ, നിനക്കു പേടിയുണ്ടോ?”
“ഉണ്ട് മനൂ. നിനക്കോ?”

എപ്പോഴാണ് ഞാനതു
കേട്ടത്? സാരമില്ല,
സമയം
ഒരു പ്രശ്നമല്ലല്ലോ.

ഭയത്തിന് ഉയരമുണ്ട്.
ദിവസങ്ങൾ, മാസങ്ങൾ,
വർഷങ്ങൾ - ഇവയെക്കാളൊക്കെ.

“അനൂ, എനിക്ക് ഉയരംവയ്ക്കണം.”
“വേണം, എനിക്കും
ഉയരംവയ്ക്കണം, മനു.”

പിന്നൊരു ദിവസം
ചരിത്രം ഉറങ്ങിപ്പോയി.
ഇപ്പോഴും
നാമൊക്കെ വെറും പുഴുക്കളാണ്.

“നമുക്ക് അപ്രത്യക്ഷമാകാം അനൂ”
“പക്ഷേ മനൂ, നമ്മളിപ്പോഴും
അപ്രത്യക്ഷരല്ലേ?”
ഒന്നാലോചിച്ചാൽ
ചരിത്രമില്ലെങ്കിൽ
നാമെത്ര ചെറുതാണ്!
അപ്രത്യക്ഷരെന്നപോലെ.

“അനൂ, ഒരു ദിവസം
നമ്മൾ ഉയരംവയ്ക്കും.”

“അതെയതെ.
നമുക്കു കാത്തിരിക്കാം, മനൂ.”

കാക്കകൾ

കാക്കകൾ കർമ്മനിരതരാണ്
ചില മനുഷ്യരെപ്പോലെ.

അവയ്ക്കു ചെറിയ സുഖങ്ങ-
ളില്ലല്ലൊ. വൃക്ഷങ്ങളുടെ
കൊമ്പത്തിരുന്നുള്ള
ധൃതിപിടിച്ച മൈഥുനവും, പിന്നെ
ഓരോ ദിവസത്തേയ്ക്കു-
മൊരുക്കുന്ന അന്നവും; നഗരത്തെ
കാഷ്ഠവർഷം കൊണ്ടു
മലീമസമാക്കുന്ന കറുത്തകൂട്ടരിവർ.

ഇതു കാലങ്ങളായി തുടരുന്നു.
അവർക്കു
മാറ്റത്തിൽ താല്പര്യമില്ല.

ഈവ്‌ലിൻ - എന്റെ ആദ്യസുഹൃത്ത്

അച്ഛൻ
തന്റെ മേലധികാരിയുടെ
മകളുടെ പേരാണ്
നിനക്കു നൽകിയത്.

നിനക്കന്ന് ആറുവയസ്സ്.
എനിക്ക് - എട്ടാണെന്നു തോന്നുന്നു.
അമ്മ നമ്മെ-
ആശുപത്രിയിൽ കൊണ്ടുപോയ
തോർമ്മയില്ലേ?

നിനക്കു കഫക്കെട്ടും
എനിക്കു വിരശല്യവും

നിനക്കന്നും ചുറുചുറുക്കായിരുന്നു.
എനിക്കോർമ്മയുണ്ട്,
എന്റെ മീതെ
വലതുകാലും കയറ്റിവ-
ച്ചുറങ്ങുന്ന നിന്നെ.

നമ്മുടെയമ്മാവന്
ഒരു തെറ്റുപറ്റിയത്രേ.
ആശുപത്രിയിൽക്കിടക്കുന്ന
നമ്മെയദ്ദേഹം
വീട്ടിൽക്കൊണ്ടുപോയി.

നിന്നോടാണമ്മയ്ക്കു മമതയെന്നു
പറഞ്ഞു കരഞ്ഞയെന്നെ
പൊക്കിയെടുത്തു, നമ്മുടെയമ്മ-
നിന്നെ നിലത്തുവച്ചുകൊണ്ട്.

‘അമ്മീ’യെന്നു വിളിച്ചു നീ
കരഞ്ഞതും ഞാനോർക്കുന്നു...

നിന്റെ ജീവൻ പിന്നീടവരുടെ
കയ്യിലായി, വീണ്ടും.

നീ വീട്ടിലെത്തിയത്
ഒരു മാലാഖക്കുട്ടിയെപ്പോലെ
അണിഞ്ഞൊരുങ്ങിയായിരുന്നു.
എനിക്കെല്ലാം മനസ്സിലായി.

നീയായിരുന്നു എന്റെ
ആദ്യസുഹൃത്ത്.
കാലമേറെക്കഴിഞ്ഞിട്ടും
നീയിവിടെ നിറഞ്ഞുനില്ക്കുന്നു.

അതങ്ങനെത്തന്നെ-
യായിരിക്കും. ഞാൻ
ഇവിടം വിട്ടു
പോകും വരെ.

ബാല്യം

ഞങ്ങൾ
മൂന്നു കൂട്ടുകാർ. വിക്ടർ, അലോഷ്യസ്,
ഞാൻ.

കൊന്ത ചൊല്ലുവാൻ
ഒരു കന്യാസ്ത്രീയാണ്
ഞങ്ങളെ പഠിപ്പിച്ചത്.
ഉത്സവങ്ങൾക്കു മാത്രം
അച്ചൻമാർ വന്നു.

ഒരു ബസ്സുടമയാണ്
ആ പുതിയ റോഡു-
ണ്ടാക്കിയത്. അതിലൂടെ
തൊഴിലാളികളും വിപ്ലവകാരികളും
ഇവിടെ വന്നിറങ്ങി.

ഞങ്ങൾ
കടലോരത്തു പോയി
കളിക്കാറുണ്ട്.
മീൻപിടുത്തക്കാർ
കൊള്ളക്കാരായതും
ഗ്രീക്കുകാരോടൊത്തു
മദ്യപിച്ചിരുന്നതു-
മൊക്കെ കാണാറുണ്ട്.

അങ്ങനെ
പക്ഷികളും
മീനുകളും
മനുഷ്യരും
ശത്രുത തീർക്കുന്ന-
തെങ്ങനെയാണെന്ന്
ഞങ്ങൾക്കു മനസ്സിലായി.

തോണികളിൽ മണൽ-
കയറ്റുന്ന മനുഷ്യർ
ഒരു കൊടുങ്കാറ്റുരുണ്ടു
കയറുന്നതറിഞ്ഞു.
ആകാശത്തെപ്പോലെ
ഭൂമിയുടെ നിറവും മാറി.

'ഓടിപ്പോക്കും' വിവാഹവു-
മൊക്കെയന്നുമുണ്ടായിരുന്നു.
ചിലതൊക്കെ
നിലനിന്നു; പലതും
ഇരുട്ടിലാണ്ടു.

ഞങ്ങൾ
മൂന്നു കൂട്ടുകാർ. വിക്ടർ, അലോഷ്യസ്,
ഞാൻ.

വിക്ടർ ഇന്നില്ല. അലോഷ്യസ്
പഠിപ്പില്ലാത്ത വിവാഹിതൻ.
ഞാൻ മാത്രം
ഈ കഥകളൊക്കെ-
പ്പറയുവാൻ ബാക്കി
നില്ക്കുന്നു.

കുട്ടികൾ

അവൾ ജനിച്ചപ്പോൾ
ഞങ്ങളുടെയാഹ്ലാദത്തി-
നതിരില്ലായിരുന്നു.
എത്ര സ്നേഹം
കൊടുത്താലാണവൾക്കു
മതിയാകുക?

കാലം പോയപ്പോൾ
ഞങ്ങളതും മറന്നു.
പെട്ടെന്ന്
സ്നേഹം നൽകുന്നതവളായി.
അതൊരു
വലിയ മാറ്റമായിരുന്നു.

അച്ഛനുവേണ്ടി

എൺപതുവർഷം നീണ്ട
ജീവിതത്തിനു
വിരാമമിട്ടുകൊണ്ടച്ഛൻ
യാത്രയായി,
മറ്റൊരു വാസസ്ഥലത്തേക്ക്.

ഇന്നു ഞാൻ
എന്റെ മൂന്നുവയസ്സുകാരിയേയും കൊ-
ണ്ടിവിടെ, ഈ
കുഴിമാടത്തിൽ,
എത്തുന്നു.

"ശവമഞ്ചങ്ങളൊക്കെ വേഗം
ദ്രവിക്കും." അച്ഛന്റെ വാക്കുകൾ
തികട്ടിവരുന്നു.

അതു പറഞ്ഞത്
ഇരുപതുവർഷം മുമ്പ്.
പിന്നീട്
അമ്മയുടെ കുഴിമാടത്തിലും
ഞങ്ങൾ പൂക്കളർപ്പിച്ചു.

ഞാനുമവളും കുഴിമാട-
മലങ്കരിച്ചു. മെഴുകുതിരികൾ
കാറ്റിൽ കെട്ടുപോയി.
പൂക്കളൊരുക്കുമ്പോൾ
അവൾ ചോദിച്ചു:
"ഇതൊന്നും കള്ളൻമാർ
എടുക്കില്ലല്ലോ?"

എനിക്കു ചിരിപൊട്ടി.
പണ്ട്
അച്ഛനു തോന്നിയി-
ട്ടുണ്ടാകുംപോലെ.

അച്ഛനും മകളും

അച്ഛൻ എന്നത്
നിത്യതയാണ്;
ഞാൻ എന്നതു
ക്ഷണികവും.

അച്ഛൻ
നിശ്ശബ്ദതയാണ്. നിശ്ശബ്ദതയുടെ
ശക്തിയാണ്.
ഞാനോ,
ശബ്ദം മാത്രം. തിടുക്കത്തിന്റെ
പര്യായം.

എട്ടു പതിറ്റാണ്ടുകൾ-
ക്കപ്പുറം നോക്കുമ്പോൾ:
അച്ഛൻ കുഞ്ഞുങ്ങളെ നോക്കിയും
വീടലങ്കരിച്ചും കഴിഞ്ഞു.
ഞാനോ,
വെറുതെയിങ്ങനെ
ശൂന്യതയിൽ കണ്ണുംനട്ട്...

അച്ഛന്റെ സ്നേഹം

ഞങ്ങൾ
എട്ടുപേർ. അതിൽ
മൂന്നുപേർ
നേരത്തേ പോയി.
അച്ഛനവരെയായിരുന്നു-
ഏറെയിഷ്ടം. അവർ
ജീവിക്കാഞ്ഞതിൽ
സ്വയം ശപിച്ചു അദ്ദേഹം.

ഞാനൊരു
കുറുമ്പനായിരുന്നു.
അച്ഛന് എന്നേയു-
മിഷ്ടമായിരുന്നു.
എന്റെ കുറുമ്പിനു കാരണവു-
മച്ഛനായിരുന്നുവത്രേ.

ഗോഡ്വിൻ, നിനക്കുവേണ്ടി

കൊടുംമഴയത്താണ്
കഴിഞ്ഞ ഏപ്രിലിൽ
നിന്നെ
അവിടെ - ആ സെമിത്തേരിയിൽ-
എത്തിച്ചത്.

മൂന്നു വർഷംമുമ്പ്
എത്ര സന്തോഷവാനായിരുന്നു
നീ. നിന്റെ കുഞ്ഞുങ്ങളോടെത്ര-
യുല്ലാസത്തോടെ യാത്രപറഞ്ഞാണ്
നീ ആശുപത്രിയിലേക്കു
തിരിച്ചത്.

ഈ ഏപ്രിലിൽ
നീ നട്ടുവളർത്തിയ നാരകത്തിൽ
നിറയെ പുളിക്കുന്ന നാരങ്ങകൾ
മാവിലെ മാങ്ങയു-
മങ്ങനെത്തന്നെ.

നിന്റെ മക്കളുടെ
ക്ലാസ് റിപ്പോർട്ടുകൾ
ഞങ്ങളെ സന്തോഷിപ്പിക്കുന്നു.
എങ്കിലും
നിന്റെ വേർപാട്
ഇന്നുമവരെ-
യൊത്തിരി നൊമ്പരപ്പെടുത്തുന്നു.

അഭയാർത്ഥികളുടെ ചിന്തകൾ

എന്റെയച്ഛന് ഇപ്പോഴും
പ്രസരിപ്പാണ്.
എൺപത്തിയെട്ടുകാരൻ;
കാഴ്ചയോ കേൾവിയോ
ചലനശക്തിയോ ഇല്ല.

രണ്ടുവർഷം മുമ്പു
ഭീഷണികളെ ഭയന്ന്
എന്നോടു നാടുവിടാ-
നാവശ്യപ്പെട്ടു അദ്ദേഹം.
"ഞാൻ കാത്തിരിക്കും"
എന്നു സത്യവും ചെയ്തു.

നെല്ല്

എന്റെ മരുമകൾക്കു
നെല്ലു നടാനറിയാം.
എന്റെ അച്ഛനാണ്
അവളെയതു പഠിപ്പിച്ചത്.

അദ്ദേഹം പുസ്തകങ്ങൾ
വായിച്ചിട്ടേയില്ല.
ഞാൻ
ധാരാളം വായിക്കുന്നു.
പക്ഷേ
നെല്ലു നടാനറിയില്ല.

പത്തിരുപതു വർഷം കഴിഞ്ഞ്
എന്റെ മകൾ എന്തായിരിക്കും
അവളുടെ മക്കളെ
പഠിപ്പിക്കുക?

പുരോഹിതന്റെ രോഷം

“നിങ്ങൾ പാപികൾ-
മദ്യപാനികളേ,
വ്യഭിചാരിണികളേ,
സാത്താന്റെ മക്കളേ,
പ്രാർത്ഥിക്കൂ!
നിങ്ങളുടെ പാപക്കറ
കഴുകിക്കളയുവാൻ കുരിശി-
ലേറിയവനിൽ ഇപ്പോഴും
ദയ ബാക്കിയുണ്ട്!”

അമിതരോഷം കണ്ട്
ഒരു മുക്കുവസ്ത്രീയുടെ-
ആത്മഗതം:
“മുക്കുവർക്കെന്തറിയാം?”

നേതാവ്

“ഞങ്ങളുടെയധിപൻ
സീസർ മാത്രം!” അവർ
ഉറക്കെപ്പറഞ്ഞു, എന്റെ
സ്വപ്നത്തിൽ.
“പക്ഷേ സുഹൃത്തേ,
സീസർ ഒരു കള്ളനല്ലേ?”
“ഇല്ല, ഇല്ല. സീസർ തന്നെ
നേതാവ്!” അവരാവർത്തിച്ചു.

“ഒന്നു ചോദിച്ചോട്ടെ,
അവൻ പാവങ്ങളെ
ചൂഷണം ചെയ്തില്ലേ? അയാൾ
കൊലയാളിയും കള്ളനുമല്ലേ?”

“തെറ്റ്! സീസർ തന്നെ
നേതാവ്!”

“ഛേ! കഷ്ടം! വിഡ്ഢിയും വഞ്ചകനുമായ
സീസറോ നേതാവ്?
അവൻ
മരണത്തിന്റെ മാലാഖയാണ്!”

“എന്നാലും സീസർ ഞങ്ങളുടെ
നേതാവായിരിക്കും.”
അങ്ങനെയവർ ക്രിസ്തുവിനെ കുരിശിലേറ്റി. ■

ദാഹം

"വെള്ളം, വെള്ളം..."
വെടികൊണ്ടു പിടയുന്നവൻ
കെഞ്ചി.

നിറയൊഴിച്ച ഭടൻ
അതു കേട്ടു.
കുരിശിൽപ്പിടഞ്ഞ മറ്റൊ-
രാത്മാവിൻ നിലവിളി
യാണവൻ കേട്ടത്.

എവിടെ വെള്ളം?
ഭടൻ കാഞ്ചി വലിച്ചു;
അവനെയാശ്വസിപ്പിക്കാൻ, അവന്റെ
ദാഹം ശമിപ്പിക്കാൻ,
സ്വയം സമാധാനിക്കാനും...

പിന്നെ കുരിശു വരച്ചു, എല്ലാം മറക്കാൻ.

പോൺടിയസ് പൈലേറ്റ്

റോമിലെ നിയമമാണോ
ഗ്രീസിലെ യുക്തിചിന്തയാണോ
നിങ്ങളെയതു പഠിപ്പിച്ചത്?
എനിക്കറിയില്ല.

നിങ്ങൾ പൊതുജനത്തെക്കൊണ്ടു
വിധി പറയിച്ചു.
എന്നിട്ടോ,
അതേറ്റു പറഞ്ഞു.
"കള്ളനെ വെറുതെ വിടൂ,
ക്രിസ്തുവിനെ കുരിശിലേറ്റൂ."

അതാണ് നിയമം:
തെറ്റു ചെയ്യാത്തവൻ
ശിക്ഷിക്കപ്പെടണം.
അവർ അധികം ജീവിച്ചാൽ,
അതപകടമാണ്.
"അതിനന്മ വിപ്ലവത്തിൽ
കലാശിക്കും."

അങ്ങനെ ഈ പുതിയ
ആസൂത്രണം.
അതിന്റെ നേതാവ്
നിങ്ങളും.

ഗുരുവും ശിഷ്യനും

പരുക്കനാണെങ്കിലും
മഹാമനസ്കനാണയാൾ.
അതുകൊണ്ടാണല്ലോ ആ
നിലവിളിയോടയാൾ പ്രതികരിച്ചത്.

മുക്കുവരങ്ങനെയാണ്,
അവർ
ഫലമിച്ഛിക്കാറില്ല.

വിചാരണ കഴിഞ്ഞു,
മരണശിക്ഷയും വിധിച്ചു-
അപ്പീലൊന്നുമില്ല
ഉടൻ നടപ്പാക്കണം വിധി.

ശിഷ്യൻ തീയും പൂട്ടി-
അടുത്തിരുന്നു.
ഇടയ്ക്കിടെ തടവുകാരനെ-
ക്കുറിച്ചുള്ള കഥകൾ കേട്ടു.
മുഖവും പേരുമൊക്കെ
മറയ്ക്കണം - അതൊരത്യാവശ്യമാണ്.

പൊതുജനം ഓന്തുപോലെ
നിറംമാറും.
അതുകൊണ്ടയാൾ കാത്തിരുന്നു,
കടലമ്മ പഠിപ്പിച്ച
ക്ഷമയോടെ...

ശുദ്ധവായു

"ഈശ്വരാ,
എനിക്കു വേണ്ട-
തിത്തിരി ശുദ്ധവായുമാത്രം
അതിന്റെ വിലയെനിക്കു
താങ്ങുന്നില്ല." ഒരു ദരിദ്രന്റെ
ദീനരോദനം.

ശുദ്ധവായു
നമുക്കു
സ്വന്തമല്ലല്ലൊ.
ഞാൻ ഓർത്തുപോയി, അല്ല-
അതു പ്രകൃതിയുടെ
വരദാനമല്ലേ?

ചോദിച്ചതിൽ ക്ഷമിക്കണം! ■

ഒരു പട്ടണത്തിന്റെ കഥ

"ക്രിസ്തു
പട്ടം പറപ്പിച്ചിട്ടുണ്ടോ?"
കുസൃതിക്കുട്ടന്റെ ചോദ്യം.

"ഉണ്ടായിരുന്നെങ്കിൽ പറപ്പിച്ചേനെ.
ബുദ്ധൻ
അതു ചെയ്തിരുന്നു.
ഔകാനയിൽ അദ്ദേഹ-
മുറങ്ങുന്നതു കണ്ടോ?
പട്ടം പറപ്പിച്ച-
യൊരാളുടെ ശാന്തതയോടെ."

എല്ലാ സൈന്യങ്ങളും
തോക്കുകളടിയറവയ്ക്കുമ്പോൾ,
ശാന്തിയുടെ
പട്ടങ്ങൾ പറത്തുമ്പോൾ,
ഏഷ്യയറിയു-
മൊരു ചെറു പട്ടത്തിൻ
മഹത്ത്വം. ■

താമര

(സിംഹളയിൽ നിന്നു പരിഭാഷ)

ഒരു താമരയ്ക്കു
'പാരമ്പര്യ'മുണ്ടാകുമോ?
ഉണ്ടെങ്കിൽത്തന്നെ,
അതാർക്കറിയണം?

അത് ബുദ്ധദേവന്റെ
കാല്ക്കീഴിലുണ്ട്.
ഒരു പൊൻപനിനീരി-
നുണ്ടാകുമോ ആ ചന്തം?

നന്മനിറഞ്ഞവരാരു-
മവരുടെ സൗന്ദര്യം
കാണാറില്ല.

നമ്മുടെ ചരിത്രം
കണ്ട്
ശുദ്ധവായുപോലും
ചിരിക്കുന്നു.

മേരിയും ബുദ്ധമാതാവും

"നിങ്ങൾ - മേരിയല്ലേ?
എനിക്കറിയാം." അവർ പറഞ്ഞു.
"അതേ. എനിക്കു
നിങ്ങളേയുമറിയാം."

മുന്നിൽ കുറെ സ്ത്രീകൾ
ജാഥയായ് നീങ്ങുന്നു.
അവർ അവരുടെ
കുട്ടികളെ തിരയുന്നു:
കാണാതായവർ, ശിക്ഷിക്കപ്പെട്ടവർ.

"നിങ്ങളിതെല്ലാം
കണ്ടിട്ടുണ്ടാകുമല്ലോ?"
ബുദ്ധമാതാവിന്റെ സന്ദേഹം.

"ഉവ്വ്. നിങ്ങളും - മകനിൽനിന്ന്..." മേരി.

അവരുടെ ജാഥയുടെ പിന്നിൽ
സ്ഥാനം പിടിച്ചു.
തിരക്കു കൂടിക്കൊണ്ടിരുന്നു.
അനന്തമായ യാത്ര.
രണ്ടുപേർ മാത്രം
നടന്നുകൊണ്ടേയിരുന്നു.

കുടിയേറ്റം

സിംഗപ്പൂരിലെ തടവറയിലാണ്
അവളെ
വധശിക്ഷയ്ക്കു വിധിച്ചത്.
അവൾക്കെന്തു ചങ്കൂറ്റം,
വലിയവരെ നിഷേധിക്കാൻ?
മറക്കാനുള്ള നേരമായി.
എല്ലാവരുമൊരേ സ്വരത്തിൽ-
പ്പറയുന്നു: "അവൾ
തെറ്റു ചെയ്തിട്ടുണ്ടാകാം."

അപ്പോഴാണ് മാതാവു വന്നതും
"എല്ലാം ഇപ്പോഴും തുടരുന്നു"
വെന്നു മെല്ലെപ്പറഞ്ഞതും.

പാവം
അവൾക്കൊന്നുമറിയില്ല.
തന്റെ കുഞ്ഞിനെ രക്ഷിക്കുവാ-
നവൾ ഈജിപ്തിലേക്കു പോകുന്നു.
കൂട്ടക്കൊലകളുടെ കഥകളൊക്കെ-
യവൾക്കന്യം.

മുന്നിൽ മകന്റെ
രക്ഷമാത്രം. മറ്റു പലരു-
മതിൽ വിജയിച്ചില്ല.

ഈ കഥ
സ്നേഹിക്കുന്നവർക്കായ് മാത്രം.
അനശ്വരയായ മാതാവിന്
എല്ലാമറിയാമല്ലൊ.

ദൈവം

ചേരിതിരിവുകളുടെ ദൈവത്തെ
എനിക്കു മനസ്സിലാവില്ല.
ഒരു സമൂഹത്തിന്റെ മാത്രം ദൈവത്തെ
എനിക്കു മനസ്സിലാവില്ല.
എബ്രഹാമിന്റെയും മോസസിന്റെയും മാത്രം ദൈവത്തെ
എനിക്കു മനസ്സിലാവില്ല.

വായുവിന്റെയും വെളിച്ചത്തിന്റെയും ദൈവത്തെ
ഞാൻ മനസ്സിലാക്കുന്നു.
ജലത്തിന്റെയും സ്നേഹത്തിന്റെയും ദൈവത്തെ
ഞാൻ മനസ്സിലാക്കുന്നു.
സ്ത്രീയുടെയും പുരുഷന്റെയും ദൈവത്തെ
ഞാൻ മനസ്സിലാക്കുന്നു.

ദൈവം മഞ്ഞയോ വെള്ളയോ ചുവപ്പോ അല്ല.
അവനിലുണ്ടെല്ലാ നിറവും,
സ്വരവും അപസ്വരവും;
അവന്റെ ദോഷമൊന്നു മാത്രം-
അവനെത്രയോ സൗമ്യനാണ്.

അവൻ പുരുഷനാണെന്നോ
മാതാവല്ല, പിതാവാണെന്നോ,
അവന് ഒരു തരം കാലാവസ്ഥ
മാത്രമാണിഷ്ടമെന്നോ മാത്ര-
മെന്നോടു പറയരുതേ!

അതിർത്തി കാക്കുമ്പോൾ

''എനിക്കെന്തിനെയെങ്കിലും
വെറുക്കണം.'' ബിഷപ്പ്
സ്ത്രീയെ നോക്കിപ്പറഞ്ഞു.

"പക്ഷേ, സ്നേഹവും കരുണയും
അതിരറ്റതാണല്ലോ."

"എനിക്ക് അതിരുകൾ വേണം.
എങ്കിലേ ഞാൻ വേറിട്ടുനില്ക്കൂ."

"അതിർത്തികളിൽ രക്തമുണ്ടാകും."

"മതില്ക്കെട്ടും വേലികളുമാണോ
നിങ്ങളുദ്ദേശിക്കുന്നത്? ഞാൻ പറയുന്നത്
അകമേയുള്ള വേലിക്കെട്ടുകളെക്കുറിച്ചാണ്."

"അങ്ങു സൂക്ഷിക്കണം. അത്
കൂടുതൽ അപകടമാണ്."

"ഞാൻ യേശുവിന്റെ ശിഷ്യനാണ്.
മറ്റാരുടേയുമല്ല താനും."

"അവന് അതിർത്തികളുണ്ടായിരുന്നില്ലല്ലോ."
"എനിക്കൊന്നും മനസ്സിലാകുന്നില്ല."

ആ നെറ്റിയിൽ കൈവച്ചുകൊ-
ണ്ടവൾ പറഞ്ഞു,
"മകനേ, പോകൂ, സ്വതന്ത്രനാകൂ."

തീണ്ടിക്കൂടാത്തവർ

"ഈ കിണറ്റിലെ വെള്ളം
നിങ്ങൾ കുടിക്കരുത്.
ഈ വഴിയും
നിങ്ങൾക്കുള്ളതല്ല.
കടന്നുപോ ഇവിടെനിന്ന്!"

അവൾ പതറിയില്ല. "ദൈവം
'വലിയവ'രെ ശിക്ഷിക്കും, പീഡിതരെ-
യുയർത്തും."

അംബേദ്കറുടെ വരവായി.
"വേർതിരിവുകളിനി
ഇല്ലേയില്ല." മാതാവിന്റെ
സ്തുതിഗീതംപോലെത്തോന്നി.

'വലിയവർ' നോക്കിനില്ക്കെ-
യവർ - തീണ്ടിക്കൂടാത്തവർ-
'ദളിത്' ആയി. അവർ
ചിന്തിച്ചു, സംസാരിച്ചു,
മാതാവിൻ സ്തുതികൾ പാടി.

"എന്റെ മകനെപ്പോലെ-
ത്തന്നെയാണിവൻ" എന്നൊ
രാശാരിസ്ത്രീ പറയുന്നു.

അതു കേട്ടായിരിക്കണം ടാഗൂർ
പാടിയത്
"ദരിദ്രരെയോർക്കാനും
അധികാരത്തെ വെല്ലുവിളിക്കാനും
എനിക്കു ശക്തിതരണേ"യെന്ന്.

ഒരു കുടുംബസംഗമം

എന്റെ കൊച്ചുരാജ്യം
ഇന്ത്യൻ മഹാസമുദ്രത്തിന്റെ
മുത്ത്
പോർച്ചുഗീസ്, ഡച്ച്, ബ്രിട്ടീഷുകാർ
എല്ലാവരും വന്നു,
ഞങ്ങളെയറിഞ്ഞു,
വിരുന്നു സ്വീകരിച്ചു. ഇതൊരു
പറുദീസ - എന്റെ സ്വന്തം ശ്രീലങ്ക.

നിരക്ഷരർ, ദരിദ്രർ മാത്രമുള്ള-
യിവിടം തേനും
പാലുമൊഴുകി.
കഴിഞ്ഞ അരനൂറ്റാണ്ടിൽ
ഇവിടെ
ചുംബനങ്ങളും ശുദ്ധ-
വായുവും ധാന്യവു-
മുണ്ടായിരുന്നു.

കണ്ണീരും-കാണാതായവർ,
വേശ്യകൾ, ഭടൻമാർ.
വായിച്ച ചരിത്രവും
കണ്ട ചിത്രങ്ങളും - സ്റ്റാലിൻ,
കോബ, സോസോ, ജോസഫ്-
മനുഷ്യരെ
കീടങ്ങളായ്ക്കണ്ടവർ.
ഏഷ്യയിലെ
രക്തനദികളിൽ
ഇന്തോനേഷ്യൻ, ഇന്ത്യൻ
ശവശരീരങ്ങൾ പൊന്തി.

ഞാൻ പ്രാർത്ഥിക്കാൻ ശ്രമിക്കുന്നു.
ഞാനൊരു ക്രിസ്ത്യാനിയാണ്.
ഞാൻ ധ്യാനിക്കാൻ ശ്രമിക്കുന്നു.
എന്റെ പാരമ്പര്യം ബുദ്ധമതമാണ്.
ഓരോ ദിവസവുമെനിക്ക്
മരിച്ച ആത്മാക്കളുടെ
ഓർമ്മദിവസമാണ്.

സ്റ്റാലിനു സ്വർണ്ണമെഡലുകളില്ല.
ധാരാളം ആരാധകരുണ്ട്.
സമാധാനത്തിനേറ്റവു-
മാവശ്യം ഭയമത്രേ.

ബർലിൻ മതിൽ തകർന്നു.
ഇപ്പോഴവർ
കുടിയേറ്റക്കാരെ മാത്രമേ
വെടിവച്ചു വീഴ്ത്തുന്നുള്ളൂ.
അങ്ങനെ
ഉയരംകൂടിയ ഒരു
വെള്ള മതിലുണ്ടാകുന്നു.

'മാതാവിനു സ്തുതി' - എന്റെ മകൾ,
ഏഴുവയസ്സുകാരി,
പ്രാർത്ഥിക്കുകയാണ്.
"അച്ഛാ, വരൂ, എന്റെ കൂടെ
മാതാവിനു സ്തുതി പാടൂ."
ഞാനും പാടി. എന്തിനവളെ
പിണക്കണം?

ഞാനും അവളെപ്പോലെ
യായിരുന്നു, ഒരിക്കൽ.
"മാതാവേ, ഞങ്ങളുടെ പ്രാർത്ഥന
കേൾക്കണമേ"യെന്ന്
എത്ര പാടിയിരിക്കുന്നു!

അങ്ങനെ-
യമ്പതുവർഷം പാടി.

അതൊക്കെ വെറുതെയാണെന്ന്
പാവമവൾക്കറിയില്ല.
വേണ്ട - ഞാനുമങ്ങ് പ്രാർത്ഥിക്കാം.

"മാതാവേ,
എന്റെ നാടിന്റെ
മുറിവുകളുണക്കണേ.
ബുദ്ധന്റെയീ നാട്ടിൽ യേശുദേവനും
വിരുന്നിനു വരേണമേ.
ഞാനും ഈ കുഞ്ഞും
നിനക്കായ്
എന്തും ചെയ്യാം - നീയീ
യുദ്ധമൊന്നവസാനിപ്പിക്കണമേ."

തമ്മിൽക്കാണുമ്പോഴോ,
നമുക്കു മുഖംമൂടി ധരിച്ചു
കളിക്കാം.
ഞങ്ങളുടേതു വെള്ള,
നിങ്ങളുടേതു ബ്രൗണും

ഞങ്ങൾക്ക്
കുരിശിന്റെ കഥയൊക്കെയറിയാം.
ഇനി നിങ്ങൾ
ഞങ്ങളുടെ കഥയറിയൂ.

എന്റെ മകൾ,
അവൾ കുഞ്ഞല്ലേ,
പല കുസൃതിച്ചോദ്യങ്ങളും
ചോദിക്കും.
നമുക്കൊരുമിച്ചു ചിരിക്കാം.

ചിലപ്പോളവൾ ചോദിക്കും,
"അച്ഛാ,
നമുക്കെന്താ നരകത്തെ
'ബഹിഷ്കരിച്ചു'കൂടെ?"യെന്ന്.

എന്തൊരു തമാശ!
“മോളേ, ആരും അതു
സമ്മതിക്കില്ല.”

ശരിക്കും നിങ്ങൾക്കു
ഞങ്ങളുടെ പല
വിനോദങ്ങളുമിഷ്ടപ്പെടും-
സൂത്രങ്ങളോ കളവോ
ഇല്ലാത്ത
കുസൃതിക്കളികൾ.

യൂദാസിന്റെ വെല്ലുവിളി

"നിങ്ങളിൽ പാപം ചെയ്യാത്തവർ
ഇവനെ കല്ലെറിയട്ടെ!"

മേഘങ്ങൾ മാഞ്ഞു,
ആൾക്കൂട്ടം ഓടിയൊളിച്ചു;
പള്ളിമണികളൊച്ചവച്ചപ്പോഴും
ആരുംതന്നെയെത്തിയില്ല.

വിശുദ്ധമാതാവു മാത്രം
ഒന്നനങ്ങി; ആ കൈകൾ
വിറച്ചിരുന്നുവോ?

ഈറൻമിഴികളുമായ് കുമ്പിടുമ്പോഴു-
മൊരു കല്ലുപോലും ആ
അമ്മയെടുത്തില്ല. ■

വിലക്കപ്പെട്ട കനി

ഒരു മേലാപ്പ്
പിന്നൊരു കനി
ഒരു ചെകുത്താൻ
പിന്നൊരു സ്ത്രീയും പുരുഷനും.

അവർക്കൊരു പൂവണിയാ-
ദാമ്പത്യവും
കനിയുണ്ടെങ്കിലും
അതില്ലെന്ന വൈരുദ്ധ്യം

ഹവ്വ തന്റെ പുരുഷനെ
ഏദനിൽ നിന്നും
കൊണ്ടുപോയി.

നല്ലയിടയൻ

ചിലപ്പോൾ ക്ഷുബ്ധവും
ചിലപ്പോൾ ശാന്തവു-
മായ കടലിലൊരിക്കൽ
കാണാതായി,
പിന്നെക്കിട്ടി,യിടയന്റെ
കുറുവടി;
പക്ഷേ, വീണ്ടുമതു
തിരകൾ കൊണ്ടുപോയി.

മഗ്ദലനമറിയം

“ആശ്വസിക്കൂ,” എന്നവൾ
കർത്താവിനോടു മൊഴിഞ്ഞു.

പക്ഷേ
അദ്ദേഹമെവിടെ? ആർക്കും
കാണാനില്ല.

“നില്ക്കൂ.” അവളുടെ
വാക്കുകൾ കേട്ട്
അദ്ദേഹം കാത്തുനിന്നു.

പ്രാർത്ഥന

നിന്നെമാത്രമോർത്തുകൊണ്ടു
നടന്നിട്ടുണ്ട് ഞാനീ
ഗ്രാമത്തിന്റെ
ഒഴിഞ്ഞ പാതയിലൂടെ.

അവിടെയിപ്പോഴുള്ളത്
കുഷ്ഠക്കാർക്കായുള്ള
ഒരു അഭയകേന്ദ്രം.

കടലിനടുത്തുള്ള ഒരു മൂലയിൽ
മന്ദബുദ്ധികൾക്കായ് ഒരു കേന്ദ്രം.
നടുക്കു നീ നില്ക്കുന്നു; നിന്റെ-
യാരാധകരും.

നിന്റെ പുരോഹിതരെ
പരിപാലിക്കുന്നതിവിടുത്തെ
മുക്കുവരും
അലക്കുകാരും.
അവരുടെ മക്കളെ- പട്ടിണി
ക്കോലങ്ങളെ,യവർ
സ്കൂളിൽ നിന്നും തിരിച്ചുവിളിച്ചു.

ഏമാൻമാർ
പള്ളികൾ അടക്കിവാഴുന്നു.
ദരിദ്രർ
അവരുടെ കൂരകളിലിരുന്ന്
പാപങ്ങൾക്കു മാപ്പപേക്ഷിക്കുന്നു.

ഒരിക്കൽ
നിന്റെ ശിഷ്യനായിരുന്ന
പുരോഹിതൻ

ഇന്ന് മദ്യപാനികൾ-
ക്കിടയിലിരുന്നു മദ്യപിക്കുന്നു.
അയാളെ രക്ഷിക്കാൻ
ഒരു വിശ്വാസമോ
പ്രമാണമോ
പ്രതീക്ഷയോ ഇല്ല.
ഞാൻ ഇതിൽനിന്നെല്ലാം
എത്രയോ അകലെയാണിന്ന്.
ആ പഴയ
ഭൂതകാലത്തെ ഞാൻ
അതിരറ്റു സ്നേഹിക്കുന്നു; എങ്കിലു-
മതാവർത്തിക്കാൻ ഇഷ്ടപ്പെടുന്നില്ല.

ഞാൻ ഇന്ന്
സ്വസ്ഥനാണ്. ആ
സ്വസ്ഥതയി-
ലസ്വസ്ഥനുമാണ്.

മക്കളോരോരുത്തരും
ഓരോ തരം; ഇവർക്കെല്ലാം
സ്നേഹം ചൊരിയുന്നൊരച്ഛ-
നെന്നപോൽ
എനിക്കും തരൂ, നിങ്ങളുടെ
വ്യത്യസ്തലോകത്തൊരിടം.

കൂടിക്കാഴ്ച

ഞാൻ എന്നെ
കൈകൊടുത്തഭിനന്ദിച്ചു
ഞങ്ങൾക്കു പരസ്പര-
മിഷ്ടമായി; പിന്നെ
ഞങ്ങളൊരുമിച്ചു
ലോകത്തെ നോക്കിക്കണ്ടു.

ഞാൻ അകത്തേയ്ക്കും
ഞാൻ പുറത്തേയ്ക്കും
നോക്കി.
ചുറ്റും വെളിച്ചമായിരുന്നു.

മുഖങ്ങൾ

ആകാശത്ത്
ചിലപ്പോൾ
മുഖങ്ങൾ കാണാറുണ്ട്.
ഇപ്പോളധികം കാണാറില്ല.

എന്നോടെന്നും വഴക്കു
കൂടിയിരുന്ന ഒരുത്തൻ
കണ്ണട ധരിച്ച്, സിഗററ്റും പുകച്ച്
അതാ നില്ക്കുന്നു.
ജയവും തോല്വിയു-
മറിയും മുമ്പ്
അവൻ പോയി.

ബാക്കി കാണാനുള്ള
തിടുക്കത്തിൽ
ഞാനാ മേഘത്തെ
പിൻതുടർന്നു.

ഒരു കൊടുങ്കാറ്റടിച്ചു, പൊടുന്നനെ.
ആ മുഖം അപ്രത്യക്ഷമായി.

കാത്തിരിപ്പ്

കട്ടക്കറുപ്പായ രാത്രിയുടെ
നിശ്ശബ്ദതയെ ഭഞ്ജിച്ചത്
രാക്കിളികളുടെ സംഭാഷണങ്ങൾ മാത്രം.
ഇടയിലെവിടെയോ കേട്ടു
പയ്യെയൊഴുകുന്ന നദിയുടെ
നേർത്ത കളകളനാദം; അതി-
നെന്നോടെന്തോ പരിഭവമുണ്ടോ?

അതിന്റെ കൊടുംപ്രണയത്തെ-
ക്കാണാത്തയെന്നെ,
കാത്തിരിപ്പിന്റെ വേദനയെ
അറിയാത്തയെന്നെ,
അതെന്തിനിഷ്ടപ്പെടണം?

സ്നേഹദൂതൻ

അവളുടെ കൈകൾ മെല്ലെയടുത്തു.
ഒരായിരം ചോദ്യങ്ങളുമായി
കണ്ണുംകണ്ണുമിടഞ്ഞു.

ദൂരെ, കോടി നക്ഷത്രങ്ങ-
ളതിനു സാക്ഷിയായി.

അവന്റെ ചെവിയിലവൾ
മെല്ലെയൊന്നു പാടി;യതിന്റെ
വാക്കുകൾ വ്യക്തമല്ല, ഒരു
മധുരശബ്ദം മാത്രം
അവനിലേയ്ക്കൊഴുകിയെത്തി.

അവൻ മറ്റേതോ ലോകത്തെത്തി.
കടലിൽനിന്നുമൊരു
വലിയ വെള്ളപ്പക്ഷി-
യുയർന്നു വന്നു, ഒരു
സ്നേഹദൂതുമായ്.

ദുഃഖിതൻ

"ഒളിച്ചിരിക്കാതെ പുറത്തുവരൂ," അവൾ
അയാളോടാവശ്യപ്പെട്ടു.

ആദാമിനു നാണമായി.
അയാൾ കുറച്ചുകൂടിയകത്തേയ്ക്കു വലിഞ്ഞു.
അങ്ങനെയയാൾ
ഇരുട്ടിലേക്കു മറഞ്ഞു.

"ഒന്നു പുറത്തുവരൂ, ദുഃഖിച്ചിരിക്കാതെ"
യെന്നവൾ പറയുന്നത്
അയാൾ കേട്ടു.

അവളോടൊപ്പം കളിക്കുന്നതും
ചിരിക്കുന്നതുമൊക്കെ കണ്ടു,
സ്വപ്നത്തിൽ.
പിടഞ്ഞെഴുന്നേറ്റുകൊണ്ടയാൾ
വീണ്ടും
ഇരുട്ടിലേയ്ക്കു മറഞ്ഞു.

അവളുടെ ശബ്ദം മാത്രം
സ്വപ്നം കണ്ടയാ-
ളൊരു തപസ്വിയായ് മാറി. ■

സ്നേഹം

(റോൺ പോൾട്ടനു വേണ്ടി)

വേദന പങ്കിടുമ്പോൾ
മനുഷ്യന്റെ
ദയനീയത നാമറിയുന്നു.

ധാരണകൾ
തെറ്റിദ്ധാരണകൾക്കു
കാരണമാകുന്നു.
ഓരോ തഴുകലും
ഓരോ വേദനയായ് മാറുന്നു.
അർത്ഥമില്ലായ്മയർത്ഥമായും
അർത്ഥം മിഥ്യയായും
മാറുന്നു.

നനുനനുത്തയിതളുകളിൽ
പാറിവീഴുമർക്കന്റെ കൊടും-
വെളിച്ചം പോലെ
പതിക്കുന്നു, സ്നേഹം
ജീവജാലങ്ങളിൽ.

വരൂ

ഈ രാത്രി
ഞാൻ ദുഃഖിതനാണ്.
ഏകാകിയും.

ഇരുട്ടിന്റെ കറുത്ത
നിഴൽ
വീഴുന്നയീ യാമത്തിൽ-
ത്തരൂ, നിന്നെ,യെനിക്കായ്.

അസ്തമയത്തിൻ പൊൻ-
കണങ്ങൾ മാനത്തു-
പടർന്നുരുകിയലിയുന്ന പോലെ നീ-
യീ ഏകാന്തതയിലെന്നെ
യുണർത്താൻ വരൂ!

അവൾ

അവളെപ്പോഴുമെന്നെ
നിഷേധിക്കുന്നു.

അവളുടെ സൗന്ദര്യത്തിൽ
അഭയം ചോദിക്കുന്ന
എന്നെ
അവളെന്നും നിഷേധിക്കുന്നു.
ഒരഭയാർത്ഥിയായി
ഞാൻ അലയുന്നു ഇപ്പോഴും.

ഞാൻ ഇന്നുമവൾക്ക്
അന്യൻതന്നെ. സ്വന്തമാ-
യൊന്നുമില്ലാത്തവന്റെ
വേദനയാരറിയാൻ...

അവളെല്ലാം നിഷേധിക്കുകയാണ്.
ഒരാശ്വാസവാക്കോ, ഒരു
കുഞ്ഞുവാർത്തയോ
കൊണ്ടുവരാനാരുമില്ല; ഒരു
ദൂതൻപോലും. സ്വന്തമാ-
യൊന്നുമില്ലാത്തവന്റെ
വേദനയാരറിയാൻ...

കമിതാക്കൾ

മാവായ മാവൊക്കെ
പൂത്തെങ്കിലും
അണ്ണാറക്കണ്ണൻമാർ
ഉറക്കത്തിലാണ്.

നനുനനുത്ത പച്ചപ്പുല്ലുകൾ
പാടത്തെപ്പുതച്ചിരിക്കുന്നു,വതിൽ
മുത്തുപോലൊരു മഴത്തുള്ളി-
യിറ്റുവീഴുന്നു.

ഭൂമിയിന്നതിസുന്ദരിയാണ്.
ഒരു ചെറുതെന്നൽ വന്നു
തലോടുമ്പോഴുമാ നീർ-
മുത്തുറങ്ങുകയാണ്.

ഓർമ്മകൾ

മുപ്പതുനിലയുള്ള കെട്ടിടം
അതിന്റെയിരുപതാം നില-
യിലൊരു വാടകവീടിന്റെ
എഴുത്തുമുറിയിലൂടെ ഞാൻ
പുറത്തുനോക്കുമ്പോൾ
കാണുന്നത്
ഒരു പഴയ ചൈനീസ് സെമിത്തേരി.

ഞാൻ തനിച്ചാണ്.
അവിടെ കുഴിച്ചുമൂടിയ
പലതിനേയുംകുറിച്ചു
ഞാനോർത്തു പോകുന്നു.
ഉത്തരമില്ലാത്ത കുറെ ചോദ്യങ്ങളായി-
പലതുമവശേഷിക്കുന്നു.

മരവിപ്പിച്ചു വച്ച
ഓർമ്മകൾ പലതും
ഒരു നാൾ വെളിച്ചംകാണും;
അന്ന്,
സൂര്യന്റെയിളംചൂടേറ്റ്
അവയെല്ലാമുരുകുമ്പോൾ,
അനുഭവങ്ങളുടെയർത്ഥവു-
മഗാധതയും ഞാനറിയും.

ശൂന്യത

ദൈവമേ,
ഈ ശൂന്യതയെന്നാൽ
എന്താണ്?
'ഞാനെ'ന്ന സത്യം ഇല്ലാതാവുന്നതോ
അതോ
ലോകം തന്നെയവസാനിക്കുന്നതോ?
അതോ ഇതു രണ്ടുമാണോ?

നിറഞ്ഞ ചിരികൾക്കിടയിലും
ഞാൻ ശൂന്യതയെക്കണ്ടു.
വാക്കുകളുടെയതിപ്രസരത്തിലും
ഞാൻ ശൂന്യതയെക്കണ്ടു.

എവിടെയും ശൂന്യതമാത്രം.
ദൈവമേ,
ഞങ്ങൾ നിന്നെ ശൂന്യമാക്കിയോ?
അതോ
നീയാണോ അതു
ഞങ്ങളോടു ചെയ്തത്? ■

തിടുക്കം

എന്റെ തിടുക്കങ്ങൾക്കിടയിൽ
ഞാൻ നിന്നെ മറന്നു.

ഈ ദുഷ്ടലോകമാ-
ണെന്നെ തിടുക്കം പിടിപ്പിച്ചത്.

എന്നിട്ടോ? ലോക-
മൊരിറ്റു കണ്ണീർപോലും
പൊഴിച്ചില്ല.
ഞാനിപ്പോഴും
കരയുന്നു.

ദുഃഖം

ദുഃഖം
അനന്തമാണ്
വിജയങ്ങൾ
നശ്വരവും. അവ
ശലഭങ്ങളെപ്പോലെ
മരിച്ചുവീഴുന്നു.

സ്വന്തമായൊന്നുമില്ല

ഒന്നും
എന്റേതല്ലാത്തതെന്തേ?
മഞ്ഞും മലയും
നദിയും കടലും ഒന്നു
മൊന്നും
എന്റേതല്ലാത്തതെന്തേ?

പ്രകൃതിയിലെ
മനുഷ്യരെപ്പോലെ
ഞാനും
ദുഃഖിതനാണ്.

ഒളിച്ചോട്ടം

വലിയവർ
വലിയ കാര്യങ്ങൾക്കായി
വഴക്കിടുന്നു.

പേടിച്ചരണ്ട കുഞ്ഞ്
കരഞ്ഞു ഛർദ്ദിക്കുന്നു.

ഞാനവളെ കോരിയെടുത്ത്
എവിടെയോ പോ-
യൊളിക്കുന്നു.

ഞങ്ങളവിടെത്തന്നെ
കഴിഞ്ഞുകൊള്ളാം.
മരണംവരെ.

എന്റെ പ്രാർത്ഥന കേൾക്കുമോ

എനിക്കെന്നും
ഭയമായിരുന്നു:
ഞാനൊരിക്കലും വിജയിക്കില്ലേ?

ആ ഭയത്തെ-
യെന്നും നിലനിർത്തണേ-
യെന്നു ഞാൻ
കാറ്റിനോടു പ്രാർത്ഥിക്കുന്നു.

ഒരു ചെറിയ ഭാവമാറ്റം

നിന്റെ മുഖപ്രസാദമെല്ലാം
എന്റെ കണ്ണിലെ ക്യാമറ-
യൊപ്പിയെടുത്തു. ഓർമ്മച്ചെപ്പിൽ
സൂക്ഷിച്ചു.

പ്രേമത്തിന്റെയർത്ഥമറിഞ്ഞ
അന്നുതന്നെ നീ
ഭയത്താൽ
കണ്ണിലെ ഭാവവും മാറ്റി.

ഞാനിന്നുമെന്റെ
ഓർമ്മച്ചെപ്പിൽ
ആ മുഖം മെല്ലെത്തിരയുന്നു.

മറക്കാനും മായ്ക്കാനുമാകാത്ത, ആ
ഭാവത്തി-
നിന്നെന്തുപറ്റിയാവോ?

പുനർജന്മം

മൂന്നു വർഷം മുമ്പ്
ഒരു പാതിരാത്രി.

ഞങ്ങൾ ഞെട്ടിയുണർന്നു. ഒരു
വെടിയൊച്ചയും, പിന്നെ-
യൊരാളുടെ ശബ്ദവും. "നീ..."
വീണ്ടും വെടിയൊച്ചകൾ.
പിന്നെ
നിശ്ശബ്ദത.

ഉറക്കം
അടുത്ത ദിവസത്തേക്കു
മാറ്റിവച്ചു. അന്നു നീ-
യെന്നെ കാണാനെത്തി.
നിന്നോടുള്ളയെന്റെ സഹതാപം
കണ്ട്
നീ സന്തോഷിക്കുമെന്നു
കരുതി. ഞാനൊരു വിഡ്ഢി.
'സ്വയമങ്ങു സഹതപിച്ചോളൂ"
വെന്ന ഭാവം
നിനക്ക്.

ഈയിടെയായി നീ-
യെന്നും വരുന്നു; നർമ്മവും
കൗതുകവാർത്തകളുമായി.
പോകുമ്പോൾ ഒരു ചിരിയും;
അതെന്നെ പരിഹസിക്കാനാണോ?

നീ ജീവിക്കുന്നു-
വെന്നെനിക്കുറപ്പുണ്ട്.

നീ ഇനിയു-
മിനിയും ജനിക്കും.

എനിക്കും പോകണ
മെന്നുണ്ട്. എനിക്കും
പുനർജനിക്കണമെന്നുണ്ട്-
നിന്റെ സൗഹൃദത്തിന്റെ
സുഖമറിയാൻ. ■

നീ പോയപ്പോൾ

അവരെന്റെ
അഭിമാനത്തെ മുറിപ്പെടുത്തി
പക്ഷേ,യാത്മാവിനെ
വെറുതെ വിട്ടു.

എന്നാൽ നീ-
നീ പോയപ്പോൾ
കൂടെയെന്റെയാത്മാവു-
മിറങ്ങിപ്പോയി.

ഞാൻ നിന്നെയോർക്കുന്നു.
നിന്റെ അഭാവം
എന്നെ തളർത്തുന്നു.
എല്ലാ ദുഃഖങ്ങളു-
മൊരുമിച്ചു തന്നൂ നീ.

ഇന്ന് ഞാൻ ലോകത്തെ
ക്കാണുന്നത്
കടലിനു മുകളിലെ-
യാകാശത്തെ ഒരു
ചെറുകുരുവി നോക്കി
ക്കാണും പോലെ.

ഞാനറിഞ്ഞില്ല

നീ പറഞ്ഞു: നീ എന്റെ സഹോദരനാണ്.
ഞാൻ ചോദിച്ചു: ഏയ്, അല്ലേയല്ല.
സത്യം,
ഞാനൊന്നുമറിഞ്ഞില്ല.
മാപ്പ്.

നീ
എനിക്കൊരപരിചിതൻ,
കള്ളൻ, തെമ്മാടി.
സത്യം,
ഞാനൊന്നുമറിഞ്ഞില്ല.

എന്റെ കണ്ണുക-
ളെന്നെ വഞ്ചിച്ചു.
എന്റെ കാതുകളു-
മെന്നെ വഞ്ചിച്ചു.
ഇന്നു നീയെന്നെ തൊട്ടപ്പോൾ
എനിക്കെല്ലാം മനസ്സിലായി.
മാപ്പ്.

കൂരിരുട്ടും പൂർണ്ണചന്ദ്രനും

അണുവിനെ വിഭജിക്കും
പോലെ
ജീവനെ മരണത്തിൽനിന്നും
വേർതിരിച്ചെടുക്കാൻ
നോക്കി,അവൻ.

അവ വീണ്ടുമൊന്നിച്ചു,
കൂടുതൽ ശക്തിയോടെ.

ഓരോ നിമിഷവും
ഓരോ
ഉയിർത്തെഴുന്നേല്പാണ്,
ശൂന്യതയും പൂർണ്ണതയു-
മൊന്നിക്കും പോൽ.
കൂരിരുട്ടും പൂർണ്ണചന്ദ്രനു
മൊന്നിക്കും പോൽ.

ശൂന്യത

പ്രപഞ്ചശക്തികളെന്നെ
'ശൂന്യ'മാക്കിയ നിമിഷം
ഞാൻ കണ്ടു:
കോടാനുകോടി പക്ഷികൾ
ഒരു കുഞ്ഞിനു ചുറ്റും
പാടുന്നു.

ഒരു നിമിഷം
ഞാൻ കരുതി: ഞാനും
അതിലൊരു പക്ഷിയാണ്.
പിന്നെത്തിരുത്തി: അല്ല,
ഞാൻ ആ കുട്ടിയാണ്.

ചുറ്റും ഉല്ലാസമാണ്,
ശൂന്യതയുടെ തിളക്കവും.

തേൻകുരുവിയുടെ നൃത്തം

ഹിമാലയസാനുക്കൾ-
ക്കിടയിലൂടെ ഞാൻ
സഞ്ചരിച്ചു.
മേഘപാളികളെ മുറിച്ചു ഞാൻ
നീങ്ങി.
എന്റെയാത്മാവു
പിന്നെയും തേങ്ങി.

ഒരു കുഞ്ഞു തേൻകുരുവിയുടെ
ആനന്ദനൃത്തം; പേമാരിയി-
ലണപൊട്ടിയൊഴുകും
നദിപോലെയാക്കീ
യെന്റെയീ ആത്മാവിനെ.

നീ ആരാണ്?

(സിംഹളയിൽ നിന്നു പരിഭാഷ)

മരിച്ചുപോയ
എന്റെയൊരു സുഹൃത്ത്
എന്നും പോകാറുള്ള മദ്യഷാപ്പും
കഴിഞ്ഞ്, പെണ്ണുങ്ങളുടെ ഹോസ്റ്റലും
താണ്ടി,

തെരുവുനായ്ക്കൾ-
ക്കിടയിലിരുന്നൊരാൾ
ചുമരിൽ ഒരു സന്ദേശം
എഴുതുന്നു; അവൻ
അടിയന്തരാവസ്ഥയെ-
യതിജീവിച്ചവൻ.

നിങ്ങൾ
നിറുത്താതെ നടക്കുന്നു.
അവനു
സംശയമൊന്നുമില്ല.

നിങ്ങൾ ആരാണ്?
എങ്ങോട്ടു നടക്കുന്നു?
എന്നോടൊന്നു പറയൂ,
നാളെയെങ്കിലും.

വീട്

"ഈ വീടിനെ-
ക്കുറിച്ചെന്തു തോന്നുന്നു?"
അവൾ ചോദിച്ചു.

"നല്ല ചന്തമുള്ള കിളിക്കൂടുണ്ടല്ലോ"
അലസമായ മറുപടി.

"പക്ഷേ വീട് - അതിഷ്ടപ്പെട്ടോ?"
ചോദ്യമാവർത്തിക്കപ്പെടുന്നു.

"ഹായ്, ലൈബ്രറിയിൽ നിറയെ
പുസ്തകങ്ങളുണ്ടല്ലോ"യെന്നു ഞാൻ.

"വീട് എങ്ങനെയുണ്ട്?"
"മരണത്തിന്റെ ഒരു ദുർഗന്ധമുണ്ട്,"
ഞാൻ പിറുപിറുത്തു.

അവൾ പുഞ്ചിരിച്ചു,
സമ്മതിക്കുംപോലെ. ■

സൽക്കാരം

കണ്ണുകൾകൊണ്ടവളെന്നെ-
യുഴിഞ്ഞു.
എന്നിട്ടു പറഞ്ഞു, അവളുടെയച്ഛന്
എന്നെയൊത്തിരി-
യിഷ്ടമായിരുന്നെന്ന്.

അന്ന് എനിക്കയാളെ
അറിയില്ലായിരുന്നു.

ചായയുമായവൾ വന്നപ്പോൾ
ആ വിരലുകളിൽ
ഞാൻ മെല്ലെ തൊട്ടു.

അവളുടെ വർത്തമാന-
മെനിക്കു കൗതുകമായി.
അയൽക്കാർ, ബന്ധുക്കൾ
എല്ലാം വിഷയങ്ങളായിരുന്നു.
പിന്നെ
നാട്ടിലെ തെരുവുനായ്ക്കളെ-
യെല്ലാം സംരക്ഷിച്ച
ഒരു വയസ്സൻ ഡോക്ടറെ-
ക്കുറിച്ചും അവൾ പറഞ്ഞു.

സന്ധ്യയായപ്പോൾ
ഞാൻ മടങ്ങി,
പുറത്തേക്കിറങ്ങിയതിലുള്ള
ദുഃഖത്തോടെ.

അവൻ ഉറങ്ങുന്നു

അവൻ
കുഴിമാടത്തിലുറങ്ങുന്നു.
അവനെക്കുറി-
ച്ചൊന്നും പറയില്ലെന്ന്,
ഞങ്ങൾ തീരുമാനിച്ചിട്ടുണ്ട്.

അധികാരിയുടെ തീരുമാനങ്ങളെ
ഞങ്ങൾ മാനിക്കുന്നു:
എന്നാൽ
അവരുടെ ഉദ്ദേശ്യങ്ങളെക്കുറിച്ചു
സംശയങ്ങളിനിയു-
മവശേഷിക്കുന്നു.

കുറ്റബോധം എന്നെ-
യലട്ടുന്നുണ്ടെങ്കിലും
ഞങ്ങളന്നു പങ്കിട്ട കുറെ
നല്ല നിമിഷങ്ങളോർത്തു
ഞാൻ ആശ്വാസം തേടുന്നു.

അവൻ
കുഴിമാടത്തിലുറങ്ങുന്നു.
അവനെക്കുറി-
ച്ചൊന്നും പറയില്ലെന്ന്
ഞങ്ങൾ തീരുമാനിച്ചിട്ടുണ്ട്.

ഈ മൗനം തന്നെ-
യെന്റെയസ്വസ്ഥതയെ
വിളിച്ചോതുന്നു;
സർവ്വാപരാധങ്ങളും
ഞാൻ
വാക്കുകളെക്കൊണ്ടു
കുഴിച്ചുമൂടട്ടെ...

സ്വകാര്യത

നിന്റെ കുഴിമാടം
എങ്ങനെ തിരിച്ചറിയും?
ആറുവർഷംകൊണ്ട്
ഇവിടം മുഴുവൻ
കുരിശുകളെക്കൊണ്ടു
നിറഞ്ഞിരിക്കുന്നു.

എനിക്കേതായാലുമൊടുവിലതു
തിരിച്ചറിയാനായി.
നിന്റെ വാക്കുകൾ
എന്റെ മനസ്സി-
ലോടിയെത്തി.

നിന്റെ അയൽക്കാരെയൊന്നും
ചവിട്ടിമെതിയ്ക്കാതെ
പതുക്കെയാ മരത്തിന്റെ
ഗേറ്റു തുറന്നു ഞാൻ
നടന്നു നീങ്ങി.

ഭീതിയുടെ അവസാനം

ഇനി കണ്ണീരില്ല;
കണ്ണീരും രക്തവും
അലിഞ്ഞുചേർന്ന എന്തോ
ഒന്നുമാത്രം.

ഇനി പേടിസ്വപ്നങ്ങൾ കണ്ട്
ഞങ്ങൾ
ഞെട്ടിയുണരില്ല;

അയൽക്കാരുമൊത്ത്
സുഹൃദ്ഭാഷണങ്ങളില്ല.
ദൈവങ്ങളെപ്പോലും ശപിക്കില്ല.

ഭീതിയിൽ ജീവിക്കുകയെന്നത്
ഞങ്ങൾക്കൊരു ശീലമായി.
അതിഭീതി
ഞങ്ങളെ
ശാന്തരാക്കിയിരിക്കുന്നു.

ഒരു ശോകഗാനം

നാട്ടിൽ നിന്നുമകലെ,യൊരു
ചെറിയ ചായക്കടയിൽ
അവൾ കയറി.

കടക്കാരനെന്തോ,
അവളുടെ ദുഃഖം
മനസ്സിലായപോലെ.

"മരണം ശത്രുവാണ്.
മരണം മിത്രവുമാണ്.
മരണം ഭ്രാന്താണ്.
അതു വിവേകവുമാണ്."
ഒരു സർപ്പനർത്തകി
പാടിക്കൊണ്ടാടി.

അവൾ കാപ്പി മെല്ലെ
നുണഞ്ഞിറക്കി. അയാളുമാ-
ശോകഗാനം
ശ്രദ്ധയോടെ കേട്ടു.

മരുഭൂമിയിലെ ആന

അനന്തമായ മരുഭൂമി.
അവൻ പതുക്കെ നടന്നു, ആ
മണലാരണ്യത്തിൽ ഒരു
ചെറുജീവിയെപ്പോലെ.

വെള്ളമെവിടെ?
ഇവിടെയുണ്ടാകും.
തിരക്കൊന്നുമില്ല കേട്ടോ. അവൻ
ചുറ്റുംനോക്കി.

അതാ, അവിടെ-
യൊരു മരുപ്പച്ച.
അവൻ വെള്ളത്തിലേ-
യ്ക്കിറങ്ങി, മെല്ലെ
നീന്തിത്തുടിച്ചു.
വേണ്ടുവോളം വെള്ളവും കുടി-
ച്ചവൻ നടന്നുനീങ്ങി.

ഇനി കുറെ നാൾ
വെള്ളത്തെക്കുറിച്ചു
ചിന്തിക്കില്ലയവൻ.

മരുഭൂമിയുടെ
അഗാധതകളിലേക്കവൻ
മെല്ലെ നടന്നുനീങ്ങി.

ലക്ഷ്യം തേടി

ഒരപ്പൂപ്പൻ കാക്ക
പണ്ടൊരു
കൂരയ്ക്കു മുകളിൽ
പറന്നു.

പ്രത്യേകിച്ചൊരു ലക്ഷ്യ-
വുമില്ലയതിന്.

സ്ഥല-കാലങ്ങളുടെ
യനിശ്ചിതത്വം
ഈയപ്പൂപ്പനേയും
ബാധിച്ചുവോ?

ആത്മാവിന്റെ നിലവിളി

ഒരു
ദീനരോദനം കേട്ടു; അയാളുടെ
മുറിവുകളുണങ്ങിയിരുന്നില്ല.

ദൂതൻ വന്ന-
യാളുടെ മുന്നിൽ
മുട്ടുകുത്തി, കൈകളുയർത്തി
പ്രാർത്ഥിച്ചു.

ഒരു ചെകുത്താൻ വന്നു,
ഞൊടിയിടയിൽ. അയാളുടെ-
യാത്മാവിൻ വിളികളും
നിലച്ചു.

ഒരു വിലാപകാവ്യം

ഞാൻ
നിനക്കുവേണ്ടി
വിലപിക്കുന്നു.

എന്നെ നിരാശപ്പെടുത്തിക്കൊ-
ണ്ടെന്തേ നീയിത്ര വിധേയനായ്
ഇവിടം വിട്ടുപോയ്?

ഞാനിന്നും
വിലപിക്കുന്നു. ■

വിമാനത്തോട്

പറക്കൂ, ഇനിയും
വേഗത്തിൽ!
ഞാൻ എന്റെ നാടിന്റെ
ഭൂതകാലത്തിൽ നിന്നു-
മൊളിച്ചോടുകയാണ്.
വേഗമാകട്ടെ!

അവർ
രാജ്യങ്ങളേയും ചരിത്രങ്ങളേയും
വിജയങ്ങളേയും കുറിച്ചൊക്കെ
പ്പാടുന്നു.
എനിക്കൊന്നും കേൾക്കണ്ട.
രക്ഷപ്പെടണം. ഒന്നു
പറക്കൂ, ഇനിയും
വേഗത്തിൽ!

ഞാൻ സീറ്റുബെൽറ്റും മുറുക്കി
കാത്തിരിക്കുന്നു.
അപായമേഖല കഴിഞ്ഞിട്ടില്ല.
ഭൂതകാലമെന്നെ
വലിഞ്ഞുമുറുക്കുന്നു. ഞാൻ
കുതറിമാറുകയാണ്.
രാമൻ, സീത, ഹനുമാൻ
ഗമുനു, ഇളര, പരകും
ഇതെല്ലാമാണ് വിഷയങ്ങൾ.

എനിക്കല്പം ധൃതിയുണ്ട്.
പറക്കൂ, ഇനിയും
വേഗത്തിൽ!

മനുസൂക്തങ്ങളിൽ നിന്നും
എനിക്കു മുക്തിവേണം.
കൗടില്യന്റെ കുശാഗ്രബുദ്ധിയെ-
ക്കുറിച്ചും എനിക്കറിയേണ്ട.
ഒന്നു വേഗം പറക്കൂ!

എനിക്കു ഭയമില്ല.
കാരണം
ഞാൻ ഭാവിയെക്കാണുന്നുണ്ട്
മുന്നിൽ. ഭൂതകാലമെന്നെ
വലിഞ്ഞു മുറുക്കുന്നു. പറക്കൂ, വേഗമാകട്ടെ!

ബ്രാഹ്മണത്വമെന്ന
ഇരുമ്പിൻ കൂട്ടിൽക്കിടന്നു
പിടഞ്ഞു ഞാൻ.
രക്ഷപ്പെടൽ എന്ന തടവറയി-
ലിപ്പോൾ കഴിയുന്നു.

എനിക്കിനിയൊന്നും വേണ്ട.
ഒന്നു വേഗം പറക്കൂ!

രക്ഷപ്പെട്ടവരെയെന്നും
കാത്തിരിക്കുന്നത്
മരണം മാത്രം.
ഇവിടെയാകെ രക്തത്തിൻ
രൂക്ഷഗന്ധം.
ഭാവിയെയന്വേഷിക്കുന്നവനു
മരണമാണു പാരിതോഷികം.
ഒന്നു പറക്കൂ,
ഇനിയും വേഗത്തിൽ!

ഗ്രീൻബുക്സ്

കവിതാസമാഹാരങ്ങൾ

മലയാളത്തിന്റെ പ്രിയ കവിതകൾ

വൈലോപ്പിള്ളി

നമ്മുടെ സാംസ്കാരിക ജീവിതത്തെ ധന്യമാക്കിക്കൊണ്ട് അതിന്റെ പ്രസക്തിയും പ്രാധാന്യവും ഏറിവരുന്ന നിലയിൽത്തന്നെ വൈലോപ്പിള്ളിക്കവിത ഇവിടെയുണ്ട്. അതൊരു കവിയുടെ മരണാനന്തര ജീവിതത്തിന്റെ ധന്യതയാണ്. അവ ഇനിയും വായിച്ചുതീരാത്ത കവിതകളാണ്. കാലം ഏറ്റുവാങ്ങിയ ആ കവിതകളിൽ നിന്നു തിരഞ്ഞെടുത്ത പുതിയൊരു സമാഹാരമാണിത്.

ഹൃദയം പുഷ്പിക്കുന്ന ഋതു

മുല്ലനേഴി

സമൂഹത്തിന്റെയും ചരിത്രത്തിന്റെയും വൃത്താന്തങ്ങളിലേക്ക് വ്യക്തിദുഃഖങ്ങളെ പരിഭാഷപ്പെടുത്തുന്ന മിടുക്കുകൊണ്ടും, ഉപേക്ഷയും പുച്ഛവും സക്തിയും വിരക്തിയും കണ്ണീരും പുഞ്ചിരിയും കലർന്നുവരുന്ന വീക്ഷണങ്ങൾ കൊണ്ടും മുല്ലനേഴിയുടെ ഈ കവിതകൾ ശ്രദ്ധേയമാകുന്നു.

കലുഷിതകാലം

എസ്. രമേശൻ

ഇത് അധിനിവേശത്തിന്റെ കലുഷിതകാലം. പുതിയ കാലത്തിന്റെയും ലോകത്തിന്റെയും ചലനങ്ങൾക്ക് കാതോർത്തുകൊണ്ട് പുലർകാലങ്ങളിൽ ഉണർന്നിരുന്നുകൊണ്ട് കവി ക്ഷോഭപർവ്വങ്ങൾ രചിക്കുന്നു. എസ്. രമേശന്റെ 33 പുതിയ കവിതകൾ.

കാവ്യകേളി

സമാ: ഡോ. എസ്.കെ. വസന്തൻ, എൻ.കെ. ദേശം

മലയാളകവിതയുടെ സമ്പുഷ്ടമായ മേച്ചിൽപ്പുറങ്ങളിൽനിന്ന് തിരഞ്ഞെടുത്ത എട്ടുവരി കവിതകളുടെ സഞ്ചയമാണ് കാവ്യകേളി. ആവിഷ്കരിക്കുക എന്ന നിയമത്തിന് വിധേയമായി കാവ്യകേളി ഇന്ന് നമ്മുടെ കലാലയങ്ങളിൽ ഒരു സാഹിതീയ വിനോദമാണ്.

സംശയം

ഉമേഷ്ബാബു കെ.സി.

"നമുക്കെല്ലാം വീടായി, കാറായി, നമ്മുടെ കുട്ടികൾ ഇംഗ്ലീഷ് മീഡിയത്തിലായി. അവരെ സ്വാശ്രയ കോളേജുകളിലയയ്ക്കുന്നതിനും പിന്നെ ജോലി വില കൊടുത്തു വാങ്ങുന്നതിനുമുള്ള തുകകൾ വെവ്വേറെ എഫ്ഡിയിലായി. എല്ലാറ്റിനും ദൈവസഹായം എപ്പോഴുമുണ്ടായി. നാമാരും ഒരു ചോദ്യവും ഒരിക്കലും സ്വയം ചോദിക്കാത്തവരുമായി. എന്നാലും സംശയം തീരുന്നില്ല. വിപ്ലവം ഉണ്ടാവുമോ?"